राजहंस प्रकाशन प्रा. लि.

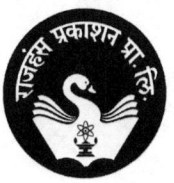

लोकसंगीतात
आढळणाऱ्या
शास्त्रीय संगीताच्या
बीजांचा शोध

लोकधुनांतून रागनिर्मिती

डॉ. साधना शिलेदार

राजहंस प्रकाशन

लोकधुनांतून रागनिर्मिती
डॉ. साधना शिलेदार

संपादक : डॉ. सदानंद बोरसे

प्रकाशक
दिलीप माजगावकर
राजहंस प्रकाशन प्रा. लि.
१०२५, सदाशिव पेठ, पुणे ४११०३०
फोन : (०२०) २४४७३४५९
E-mail : rajhansprakashan1@gmail. com
Website : www. rajhansprakashan. com

© मुखपृष्ठ, अंतर्गत मांडणी,
निर्मितिसंलग्न बाबी : राजहंस प्रकाशन प्रा. लि.

Lokdhunantun Raagnirmitee
Dr. Sadhana Shiledar

© संहिता : डॉ. साधना शिलेदार

६ अ, नंदादीप, दामोदर कॉलनी
सुरेंद्रनगर, नागपूर ४४००१५
भ्रमणध्वनी : ९९७०१५६७०२
E-mail : sadhanashiledar@gmail.com
Website : www.sadhanashiledar.com

मुखपृष्ठ व मांडणी : चंद्रमोहन कुलकर्णी

अक्षरजुळणी : मुग्धा दांडेकर
थ्रीडी ग्राफिक्स, ९८२२७०७९७१

आवृत्ती पहिली : फेब्रुवारी २०२१

राजहंस क्र. B-07-2021

ISBN 978-81-947640-9-0

माझा मोठा भाऊ
प्रिय योगेशला ...
ज्याने माझ्या सांगीतिक प्रवासात
माझी सतत पाठराखण केली

दोन शब्द ...

प्रस्तुत प्रबंध पुस्तकरूपाने प्रकाशित होत असून यात शोधकर्तीने केलेल्या रागनिर्मितीचाही आलेख आहे. विशेष महत्त्वाचे म्हणजे लोकधुनेची काही अंशी व्याख्या करणारे आणि कलासंस्कृतीत तिची भूमिका दाखवून देणारे लिखाण सौ. साधना शिलेदारांच्या हातून घडले आहे. लोकसंगीत, लोकसाहित्य आणि आपापली मातृभाषा हे जनमानसाला त्यांच्या नकळत मिळालेले एक ज्ञानरूपी भांडवल असते. या भांडवलाच्या आधारे मुळातच काही कल्पक तर काही रूढीवादी पारम्परिक जनसमाजाकडून सहजच लोकसंगीत आणि लोकसाहित्य जोपासलेही जाते आणि त्यात रचनात्मक भरही पडत राहते. तसेच classicists आणि विविध कलाकारांच्या रचनेलाही लोकसंस्कृतीचा पाया असतो. कुठलाही नव-रचनाकार हवेत इमारत बांधत नसतो. गंधर्वसाहेबांच्या जीवनात जो सृजनाचा उपक्रम घडला, त्यात निर्मितीचे एक-एक टप्पे समजून घेऊन त्या प्रक्रियेला मान्यता देऊन त्याप्रमाणे रागानिर्मितीचा रीतसर प्रयत्न कुमारजींनंतर सर्वप्रथम साधना शिलेदार यांनी केलेला आहे. कुमारजींच्या संगीतयात्रेतले काही घटनाक्रम पाहिले, तर सांगीतिक सृजनाची काही समीकरणेच आपल्या ध्यानात येत असल्याचे जाणवू लागते. कारण एकतर कुमारजींनीही ते तसे स्वत:हून घडवून आणले नव्हते. जे स्वाभाविक आहे, त्याच पद्धतीने सांगीतिक-सृजन गंधर्वसाहेबांना मान्य होते आणि तसेच

घडत गेले; त्यातील राग-निर्मितीच्या सहज-प्रक्रियेला शक्यतो समजून रागरचनेचा केलेला हा पहिला प्रयोग आहे.

नवीन राग बनवावे, असे बऱ्याच जणांना वाटते. काहींचे प्रयोग कलात्मक असतात, काही नुसतेच बनवतात. परंतु लोकसंगीताचे आणि शास्त्र-ज्ञानाचे भांडवल त्यांच्याकडे बहुतेक कमी पडत असावे. भांडवलात लोकसंगीताचा अभ्यास/ऐकीव, रागांचाही ऐकीव/अभ्यास आणि शास्त्रज्ञान हे सर्व आले. शिवाय कलात्मक निर्मिती साकारायला सौंदर्यदृष्टी आणि अभिव्यक्तीचे वैशिष्ट्य वर उरतेच.

लोकसंगीताकडे डोळसपणे पाहण्याची भूमिका माझीही आहेच; त्याचा परिणाम आणि प्रभाव याकडे मात्र मी डोळसपणे लक्ष दिले नसले, तरी नैसर्गिक स्वर-संवाद आणि लय यांच्याशी नाते पक्के करण्यातच माझी सर्व प्रयत्न-यात्रा राहिली आहे. जसे - निसर्गाला जो गांधार मान्य आहे, तोच साधण्याचा-समजण्याचा प्रयत्न आम्ही करत असतो. जरी तो नैसर्गिक असला, तरी साधावा लागतो. लोकधुनेतली स्वरस्थाने त्या धुनेच्या संदर्भात लागत असतात. त्या धुनेतच ते स्वर लागतात. त्या धुनेशी एकरूप व्हावे लागते आणि त्या धुनेशी झालेली एकात्मता हीच निर्मितीला आधार असते. सर्वच धुना अर्थातच उल्लेखनीय नसतात, क्वचित असतात.

एकूण विविध धुना आणि गीत-साहित्याने भरलेल्या लोकगीतांच्या अभ्यासाचा परिणाम आणि विशेषत: होणारा प्रभाव याचे मोठे अगत्य आहे. त्यातून काय गवसेल, कुठली दिशा मिळेल हे खरे तर सांगता येत नाही. गीत-साहित्यातून तिथले customs समजतात आणि ritualistic culture लक्षात येते आणि धुनेतून त्या मातीतल्या संवेदनाही जाणवू शकतात. जनमानसातले musical norms आणि values जर आपण ऐकल्याच नाहीत, त्या कळल्या नाहीत; तर creation ला मौलिक आधार मिळत नाही. जनमानसात लोकसंगीतही आले. रागसंगीतात आणि लोकसंगीतात जेव्हा एकरूपता दिसू लागते, लोकधुनेत रागरूप आणि रागात धुन गवसते; तेव्हा त्या मूल्यांची सत्यता प्रमाणित होते. मी ऐकलेल्या काही गीतांमध्ये मला प्रचलित रागांचे स्वरूप स्पष्ट दिसले आहे, पकड किंवा मुख्य चलन दिसले आहे; पण नवीन राग साकारण्याचे potentials असलेली आणि रागदारीचा गाज पेलणारी धुन मात्र भेटली नाही. आज आमची स्थिती धुनेत राग पाहण्यापेक्षा रागात धुन गवसेल का - असे पाहण्यात आहे.

त्या-त्या रागांचे जे वेगळे स्वरूप - वेगळी चाल, वेगळी लय आणि

वेगळी धाटणी असते; ती त्या धुनेच्या अनुरूपच असते. जो मूळ स्वभावपिंड वेगळा असतो, तो धुनेतच असतो; नंतर राग-रूपात character develop होत असते.

एका लहान मुलाला जेव्हा आपण एखादे गाणे म्हणायला सांगतो, तेव्हा तो सहज ऐकिवात आलेले म्हणू लागतो. त्याला माहीत नसते की, तो ग लावतो आहे की प लावतो आहे. असे जे स्वरावलीचा मानसिक भार नसलेले गायन आहे, तीच folk value आहे. लोकगीतांचे गायन जेव्हा (विशेषत: समूहगान) चालू असते तेव्हा त्यातल्या साहित्याकडे त्यांचे लक्ष असते; परंतु स्वर-लय अनायास आलेली असते. लोकगीत गाणाऱ्या (groups) मंडळी नेहमी एक ओळ दोनदा म्हणतात (बहुतेक हा अलिखित नियम पाळला जातो), तेव्हा नवख्या मुलींना त्या ओळी repeat झाल्यामुळे सहज पाठ होतात - त्या वेळेस त्यांचं लक्ष कवितेकडे असते; two beats आहेत की three beats आहेत किंवा धुनेत काय वैशिष्ट्य आहे - असे त्या लक्षात घेत नसतात. अपितु एक सहज पुनरावृत्ती होत असते - धुन सहज उमटते, स्वर-लयीचा भार नसतो. हीच लोकधुनेची value आहे. ती अनायास establish होत असलेली स्वरावली मार्मिक आणि valuable धुन असू शकते. सहज बांधल्या जाणाऱ्या लयीतल्या मात्रांच्या जाति (दोन, तीन, सात) तालात परिणत होतात. धुनेत जी स्वरावली आहे, जे स्वरसंवाद आहेत, ते musically genuine असले; तर रागात प्रमाण होतात. तसेच लोकसंगीतात केवळ रागनिर्मितीचीच बीजे आहेत असेच नसून त्यांत शक्यताच शक्यता बीजरूपाने किंवा रोपट्याच्या रूपाने अस्तित्वात आहेत, ज्या explore होण्याची वाट पहात असाव्यात; त्या रोपांचा बगिचा करायला हवा. लोकसंगीत सहज आहे, तर रागसंगीताला बौद्धिक आधार आहे; भावना-संवेदना दोन्हीकडे आहेत. परत राग आळवताना प्रयत्नान्ती आलेली अवस्था ही सहज असली, तरच समाधानकारक होते हेही खरे. अधिक लिहिणे नलगे. पण लोकसंगीताचा अभ्यास मात्र 'सहज' नाही, हे तितकेच खरे !

पं. मुकुल शिवपुत्र

अनुक्रम

प्रास्ताविक

संगीताचे शास्त्रीय, उपशास्त्रीय, सुगम, लोकसंगीत असे प्रकार आहेत. सर्वांना समृद्ध परंपरा आहे. यापैकी शास्त्रीय संगीतात 'राग' गायला जातो. रागांची निर्मिती विविध प्रकारे झालेली आहे. यातला एक महत्त्वाचा स्रोत म्हणजे लोकसंगीत. लोकसंगीत ही शास्त्रीय संगीताची जननी आहे, असे मानले जाते.

शास्त्रीय संगीत व लोकसंगीत या दोन शैलींमध्ये अनेक साम्यस्थळे आहेत. दोन्हीला मोठी परंपरा आहे. या दोन्हींमधला परस्परसंबंध शोधणे व या तऱ्हेने दोन्हींचा सांस्कृतिक ठेवा जतन करणे आवश्यक आहे.

आता परंपरागत मानल्या जाणाऱ्या काही रागांचे मूळ लोकसंगीतात आहे. हिंदुस्थानी संगीतातील शास्त्रीय संगीतातले काही राग लोकधुनांमधून उगम पावले आहेत. गेल्या शतकात पं. कुमारगंधर्व यांनी या संदर्भात विशेष कार्य केले व ११ 'धुनउगम' रागांची निर्मिती केली. लोकधुनांमधून राग निर्माण होऊ शकतात काय व ते कसे हे जाणून घेण्याची उत्सुकता मला आहे.

लोकसंगीतावर आधारित प्रचलित राग अभ्यासणे तसेच देशाच्या काही प्रांतांमधील लोकधुना अभ्यासणे, लोकधुना व रागांचे स्वरूप यांच्यातील संबंध शोधणे, धुनउगम रागांची निर्मिती कशी होते हे शोधणे व नवे धुनउगम राग निर्माण करणे या टप्प्यांमधून हा अभ्यास आकाराला आला.

यासाठी मी विविध प्रकारे सामुग्री संकलित केली. पुस्तके व ध्वनिमुद्रणे या आधारे

मी लोकसंगीतावर आधारित परंपरागत राग अभ्यासले. यासाठी वाचनालये, ध्वनिसंग्रहणे यांचा उपयोग केला. इंटरनेट, प्रसारमाध्यमे, विविध प्रत्यक्ष कार्यक्रम याआधारे मी देशातील विविध ठिकाणच्या लोकसंगीताचा वेध घेतला. लोकधुना मिळविण्याच्या, ऐकण्याच्या व अभ्यासण्याच्या दृष्टीने मी माळवा, गोवा व कोकण, विदर्भ, केरळ येथील गावे व खेड्यांमध्ये फिरून तिथल्या काही लोकधुना ऐकल्या. त्यांचे ध्वनिमुद्रण केले. लोकधुनांसंदर्भात कार्य करणारे विद्यापीठाचे विभाग, संस्था, मान्यवर व्यक्ती यांना भेटून त्यांच्याशी चर्चा केली. यासाठी ग्रामीण विभागात कार्य करणारे कार्यकर्ते, स्वयंसेवी संस्था व गावातल्या सामाजिक संस्था ह्यांच्याशी संपर्क केला. लहान गावांमध्ये उत्सव-जत्रांच्या दरम्यान होणारे कार्यक्रम, सभासमारंभ, लग्नकार्य, लोककला महोत्सव इत्यादी प्रसंगी गाणे-बजावणे करणाऱ्यांना मी प्रत्यक्ष भेटून काम केले. लोककलांची घट्ट मुळे असणारे काही कलाकार विविध कारणांसाठी संगीताचे महाविद्यालयीन पद्धतीने शिक्षण घेत असतात. मी महाविद्यालयात गेली पंचवीस वर्षे शिकवीत असल्याने अशा काही विद्यार्थ्यांचे दोन-तीन वर्षे सलग निरीक्षण मला करता येते.

माझे वडील आचार्य विवेक गोखले हे पं. कुमारगंधर्वांच्या गाण्याचे चाहते व अभ्यासक आहेत. त्यामुळे कुमारगंधर्वांच्या गाण्याच्या श्रवण-संस्कारातून माझी जडणघडण झाली आहे. मी दहा-बारा वर्षांची असेन; वडिलांनी टेपरेकॉर्डर आणला. सोबत जी पहिली कॅसेट आणली होती ती होती कुमारगंधर्वांची. निमोरी का, ये तो मान ले री मा, यला याल यला या बंदिशींची ती कॅसेट कितीदा तरी आम्ही लावली असेल. चैतीभूप रागाने सुरू होणारी ही कॅसेट एखादी रागमाला असावी अशी त्याच क्रमाने आम्हाला पाठ झाली होती. पुढे त्यांच्या इतर कॅसेट्स, प्रत्यक्ष मैफिलीही ऐकायला मिळाल्या. दरम्यान 'अनूपरागविलास' हे कुमारगंधर्वांच्या बंदिशींचे पुस्तक आणले. नव्या वर्षांची सुरुवात, गुरुपौर्णिमा, आमचे आणि कुमारगंधर्वांचे वाढदिवस साजरे केले जायचे ते कुमारांची नवी बंदिश बसवूनच ! एम.ए.ला पोचले तेव्हा कुमारगंधर्वांच्या पन्नासएक बंदिशी मला मुखोद्गत होत्या. 'कुमारगंधर्व' या व्यक्तिमत्त्वाची धुंदी लहानपणी मिळाली, ती आजही तेवढीच आहे.

पं. कुमारगंधर्वांचे गाणे मी माझ्या नजरेतून अभ्यासते, माझ्या भूमिकेतून ऐकते, त्यांच्या गाण्यातल्या मला उमजलेल्या धुनउगम व इतर वैशिष्ट्यांचा उपयोग मी माझ्या गाण्यात करीत असते. गुरुवर्य पं. बाबुराव रेळे ह्यांच्याकडून मला वीस वर्षांपेक्षा अधिक काळ तालीम मिळाली आहे. पं. बाबुराव हे कुमारजींचे

लहानपणापासूनचे सहाध्यायी गुरुबंधू होते. देवधरमास्तरांकडची कुमारजींची आणि पं. रेळे ह्यांची जडणघडण सोबतच झाली असल्यामुळे दोघांच्या गायकीत विलक्षण साम्यस्थळे आहेत. बंदिश टाकणे, रागविस्तार, तान याबद्दलचे प्रत्यक्ष शिक्षण मला गुरुवर्य पं. रेळे ह्यांच्याकडून मिळाले आहे. मी त्यांच्याव्यतिरिक्त इतरही गुरूंकडे शिकले आहे. पं. मनोहरराव कासलीकरांकडे शिकले, वडिलांकडे शिकते आणि गुरुवर्य आरती अंकलीकरांकडेही शिकते. माझ्या गाण्यावर, विचारांवर हे चारही प्रभाव घट्ट व खोल आहेत.

त्यामुळे केवळ कुमारगंधर्वांची नक्कल किंवा अनुकरण मी करीत नाही. कुमारगंधर्वांच्या गाण्यातली मला जाणवलेली तत्त्वे, बीजे मी माझ्या गाण्यात रोवण्याचा प्रयत्न करीत असते. ही बीजे अंकुरित होऊन वेगवेगळ्या तऱ्हांनी स्पष्ट होतात. कधी श्रोत्यांनाही जाणवतात, तर कधी ती माझ्यापुरतीच मर्यादित असतात.

पं. कुमारगंधर्व हे संगीतक्षेत्रातले युगप्रवर्तक व्यक्तिमत्त्व आहे. त्यांचे योगदान व कार्य स्थलकालातीत आहे. त्यांच्या कार्याचा व व्यक्तिमत्त्वाचा वेध घेणारा 'निर्भय-निर्गुण' हा दृक्-श्राव्य कार्यक्रम मी सादर करते. हा माझ्यासाठी 'मला उमजलेले कुमारगंधर्व'चा प्रयत्न असतो. अनेक ठिकाणी हिंदी व मराठी भाषेतून बोलत, गाऊन कुमारांच्या गाण्याचे-बोलण्याचे अंश दाखवीत हा कार्यक्रम मी देशभरात अनेक ठिकाणी सादर केला आहे.

मैफिलीतून कुमारगंधर्वांच्या बंदिशी, त्यांचे धुनउगम राग, निर्गुणी भजने मी गात असते. कुमारगंधर्वांचे पुन:पुन्हा स्मरण करण्याचा तो प्रयत्न असतो.

लोकधुनांमधून राग निर्माण होण्याची प्रक्रिया कशी असेल, याबद्दल मला नेहमीच उत्सुकता वाटत आली आहे. त्यामुळे या अभ्यासासाठी मी लोकधुनांचे संकलन करून त्यांचे विस्तृत विश्लेषण केले. शास्त्रीय संगीतासाठी उपयुक्त लोकधुना निवडून त्यांचा अधिक अभ्यास केला. या निवडक लोकधुनांपैकी तीन लोकधुनांचा अतिशय बारकाईने अभ्यास केला. लोकधुनेतून रागांची निर्मिती करण्याच्या दृष्टीने विचार करून धुनउगम रागांच्या निर्मिती प्रक्रियेतले टप्पे शोधले. ही निर्मितीप्रक्रिया शोधून ती उलगडण्याचा प्रयत्न केला व तीन धुनउगम रागांची निर्मिती केली. 'रागनिर्मिती केली' असे म्हणणे धारिष्ट्याचे आहे. ते काम मोठ्यांचेच, अशी भावना माझीही आहे. मात्र संशोधनाच्या संदर्भात 'भावनांपेक्षा वस्तुस्थिती व वस्तुनिष्ठता' आवश्यक असल्यामुळे राग निर्मितीप्रक्रियेच्या पायऱ्या शोधीत धुनउगम रागांची निर्मिती केली आहे, असे म्हटले आहे.

मध्यप्रदेशातील माळवा प्रांतातल्या काही लोकधुना अभ्यासून त्यापैकी काहींवर अधिक विचार करून, रागनिर्मितीच्या दृष्टीने काही भर घालून, काही लोकधुनांना या भूमिकेतून संस्कारित करून मी काही धुनउगम राग बनवले आहेत. 'ऋतु', 'अनूप' व 'गोधूली' हे माझे तीन धुनउगम राग आहेत. रागलक्षणे स्पष्ट करून, स्वरूप स्पष्ट करीत या रागांमध्ये मी बंदिशी बांधल्या आहेत. त्यांची स्वरलिपी येथे दिली आहे. यांचे ध्वनिमुद्रण YouTube वर उपलब्ध आहे. मैफिलींमध्ये हे राग गाऊन मला जाणकार आणि श्रोते यांची दादही मिळते. 'लोकसंगीत ही शास्त्रीय संगीताची जननी आहे' ह्या विचाराने ती दाद मी मनोमन माळव्यातल्या लोककलाकारांकडे सुपूर्द करते.

मी काही लोकधुनांचे ध्वनिमुद्रण केल्याने त्यांचे जतन होऊ शकेल. सांस्कृतिक वारसा जोपासण्याच्या दृष्टीने हे आवश्यक वाटते. धुनउगम रागांची निर्मितीप्रक्रिया व त्यातील महत्त्वाचे टप्पे शोधल्यामुळे या दिशेने संशोधनाला चालना मिळेल.

या पुस्तकात मी प्रथम हिंदुस्थानी संगीताचा संक्षिप्त इतिहास व विविध शैली यांचे विवेचन केले आहे. 'शास्त्रीय' व 'लोकसंगीत' या संकल्पनांचे विश्लेषण यात केले आहे. तसेच या दोन्हीची प्राथमिक माहिती दिली आहे. त्यानंतर लोकसंगीताचे स्वरूप, अर्थ, लोकसंगीताची लक्षणे, वैशिष्ट्ये सांगितली आहेत. विविध निकषांवर आधारित लोकसंगीताचे मला जाणवलेले भेद यात सांगितले आहेत. लोकसंगीत व शास्त्रीय संगीत यांच्या संबंधाबाबत अभ्यास केला आहे. लोकसंगीताचा शास्त्रीय तसेच इतर गायनशैलींवर असलेला प्रभावही तपासला आहे. पं. कुमारगंधर्व यांचे लोकसंगीत व लोकधुनउगम रागांच्या संदर्भातले कार्य अभ्यासले आहे. मी पं. कुमारगंधर्वांनी तयार केलेला एक धुनउगम राग मधसूरजा गाऊन त्याचे ध्वनिमुद्रण YouTube वर उपलब्ध केले आहे. लोकधुनांच्या संकलनाच्या मी वापरलेल्या पद्धती व त्या संदर्भातला महत्त्वाचा मौलिक ठेवा याबद्दल उल्लेख आहे. धुनउगम रागांच्या निर्मितीप्रक्रियेसंदर्भात या लोकधुनेचे विस्तृत बारकाईने चिकित्सक अध्ययन येथे मांडले आहे. यामध्ये प्रामुख्याने माळवा, गोवा-कोकण व इतर असे विभाग केले आहेत. प्रस्तुत अभ्यासासंदर्भातली निरीक्षणे व नोंदी विस्ताराने मांडल्या आहेत. लोकधुनांच्या स्वरूपाबद्दल तसेच धुनउगम राग व परंपरागत रागनियम यातील साम्यभेदांचे विश्लेषण यात आले आहे. या आधारे धुनउगम रागांची निर्मितीप्रक्रिया तसेच या निर्मितीतले टप्पे स्पष्ट केले आहेत. नवीन स्वरचित धुनउगम रागांची विस्तृत

माहिती, रागस्वरूप, बंदिशी दिल्या आहेत. ऋतु, अनूप व गोधूली या तीन रागांची माहिती देऊन या रागांचे गायन करून त्याचे ध्वनिमुद्रण YouTube वर उपलब्ध केले आहे.

या विषयाच्या अनुषंगाने माझ्या काही पूर्वप्रसिद्ध लेखांचा समावेश येथे केला आहे. माळवा प्रांतात फिरत असताना आलेले अनुभव व देवासची भ्रमंती यावर आधारित 'कुमारांच्या माळव्यात' हा लेख 'महाअनुभव' मासिकाच्या २०१६ च्या दिवाळी अंकात प्रसिद्ध झाला होता. तो येथे मुद्दाम समाविष्ट केला आहे, कारण धुनउगम रागांच्या निर्मितीप्रक्रियेच्या अभ्यासाचाच तो एक भाग आहे, असे मला वाटते. या वाटेवरचा माझा पहिला धुनउगम रागनिर्मितीचा प्रयत्न 'राग सावित्री' हा होता. वीस वर्षांपूर्वी रचलेल्या पश्चिम महाराष्ट्रातील 'सुंगी' भजनावर आधारित ह्या रागाला 'संगीत' मासिकातून प्रसिद्धी मिळाली होती. हा रागही परिशिष्टात समाविष्ट केला आहे.

लोकधुनांमधून रागनिर्मितीची प्रक्रिया शोधण्यातला सर्वाधिक महत्त्वाचा भाग माझ्या तीन धुनउगम रागांच्या निर्मिताचा आहे. या संदर्भातल्या माझ्या अभ्यासाचे लिखित साहित्य मी आदरणीय पं. मुकुल शिवपुत्र यांच्याकडे पाठवले. त्यांनी ते अतिशय बारकाईने वाचले व नवे धुनउगम राग ऐकवण्याची सूचना केली. मी त्यांच्याशी भेट ठरवून त्यांच्याकडे गेले व त्यांना हे राग ऐकवले. ते ऐकून त्यांनी मनापासून दिलेली दाद हा माझ्यासाठी सर्वांत महत्त्वाचा पुरस्कार आहे. त्यांच्या दोन शब्दांमुळे माझ्या कामाला खऱ्या अर्थाने मान्यता मिळाली व त्याची मौलिकता निश्चित झाली. त्यांच्याप्रती मी कृतज्ञ आहे.

सोबतच संगीतविषयक पुस्तके आस्थेने प्रकाशित करणाऱ्या राजहंस प्रकाशनाचीही मी आभारी आहे. दोन भिन्न प्रकारच्या संगीतातील आंतरसंबंध शोधण्याचा हा प्रयत्न हिंदुस्थानी संगीतातील जाणकारांना, अभ्यासकांना त्याचप्रमाणे संगीतात रुची असणाऱ्या रसिकांनाही स्वागतार्ह वाटेल, अशी अपेक्षा आहे.

रागांच्या निर्मितीचे स्रोत

हिंदू संस्कृती ही अतिशय प्राचीन संस्कृतींपैकी एक आहे. संस्कृतीचे प्रतिनिधित्व कलांच्या माध्यमातून होत असते. साहजिकच हिंदू संस्कृतीचे प्रतिनिधित्व हिंदुस्थानी संगीताच्याही माध्यमातून होते. अतिशय दीर्घ परंपरा लाभलेल्या हिंदुस्थानी (उत्तर हिंदुस्थानी व कर्नाटक) संगीताचा संबंध सामवेदाशी जोडला जातो. या ठिकाणी हिंदुस्थानी हा शब्द जाणीवपूर्वक वापरला आहे. भारत, पाकिस्तान, बांगलादेश हे देश आता वेगवेगळे असले तरी इतिहासात यांचा उल्लेख हिंदुस्थान असाच आहे. त्यामुळे इतिहासाच्या संदर्भात 'भारतीय' या शब्दापेक्षा 'हिंदुस्थानी' हा शब्द अधिक समर्पक वाटतो. हिंदुस्थानी शास्त्रीय संगीताचे वैशिष्ट्य म्हणून रागसंकल्पना, तालसंकल्पना, ख्यालसंकल्पना यांचा उल्लेख करता येईल. या तीन संकल्पना फक्त हिंदुस्थानी शास्त्रीय संगीतातच आहेत. अन्यत्र नाहीत. या तीनही संकल्पनांचे सध्याचे स्वरूप व त्याचे उगम यांचा संबंध शोधणे महत्त्वाचे आहे. यापैकी 'राग' या संकल्पनेच्या संदर्भातला अभ्यास येथे केला आहे.

शास्त्रीय संगीत या संकल्पनेलाच समानार्थी म्हणून 'रागसंगीत' अशीही संकल्पना वापरली जाते. शास्त्रीय संगीत म्हणजे आता ख्याल गायन असे रूढ असले, तरी ख्यालाआधी धृपद आणि त्याआधी प्रबंध गायन रूढ होते. प्रबंध, धृपद, ख्याल या

सर्व शास्त्रीय गायनशैली आहेत. 'राग' ही संकल्पना यात केंद्रस्थानी आहे. 'राग' ह्या संकल्पनेचा उगम कसा झाला, याबद्दल विचार करताना रागाच्या आधी प्रचलित असलेल्या जातीगायनाचे उल्लेख सापडतात. आधुनिक काळात ज्याप्रमाणे रागगायन प्रचलित आहे, त्याप्रमाणे प्राचीन काळात जातिगायन प्रचलित होते. इ.स. ४थ्या शतकातील 'नाट्यशास्त्र'कर्ते भरतमुनी यांनी त्यावेळी प्रचारात असलेली गीते तपासली. त्यातल्या समान स्वरसंगती किंवा लक्षणे शोधली व असे साम्य असलेला एक गट मानून त्याला 'जाती' असे नाव दिले. 'श्रुतिग्रहस्वरादिसमूहात् जायन्ते इति जातयः' अशी व्याख्या त्यांनी केली व अशा अठरा जाती मानल्या.[१] रागाच्या आधी जाती अस्तित्वात होत्या. त्यामुळे जाती हा रागाच्या उगमाचा एक स्रोत सापडतो. जातीतून राग निर्माण झाले. परंतु पुढे रागसंकल्पना व रागस्वरूपे यातही बदल घडत गेले. प्राचीन रागलक्षणे व आताची रागलक्षणे यातही फरक आहेत. मात्र ह्याव्यतिरिक्तही रागाच्या उगमाचे अनेक स्रोत असावेत.

रागाचा उगम/स्रोत म्हणून मेल किंवा थाट या संकल्पनेचाही विचार केला जातो. थाट राग पद्धतीचा उल्लेख करताना व रागाची माहिती देताना पं. भातखंडे थाटांना 'जनक' व रागांना 'जन्यराग' अशी संज्ञा वापरतात. म्हणजेच थाटातून राग उत्पन्न झाला असे मानतात. थाट, मेल हे समानार्थी शब्द आहेत. गणिती पद्धतीने सात स्वरांमधून ७२ थाट तयार होतात व त्या प्रत्येक थाटातून औडव, षाडव व संपूर्ण अशा स्वरूपाचे ४८४ राग तयार होतात – असा गणिती सिद्धांत आहे. कर्नाटक संगीतात एका स्वरस्थानाला अनेक नावे दिली आहेत. मात्र उत्तर हिंदुस्थानी संगीतात असे नसल्यामुळे उत्तर हिंदुस्थानी संगीतात ३२ थाट तयार होतात व ३२ ‸ ४८४ = १५,४८८ इतके राग उत्पन्न होतात. यापैकी प्रचलित रागांचे विभाजन पं. भातखंडे यांनी १० थाटांमध्ये केले असले, तरी ३२ थाटांचा सिद्धांतही स्पष्ट केला आहे.[२]

एखाद्या प्रचलित रागात स्वरांमध्ये अथवा स्वरसंगतीमध्ये काही बदल करून नवे राग तयार केले जातात. पूर्वांगात एक, उत्तरांगात दुसरा – असे रागांचे जोड केले जातात. अशाने रागांची भर पडत जाते. दोन, तीन रागांची मिश्रणे, कानडा, सारंग, मल्हार, बहार यासारख्या कित्येक रागांमध्ये इतर रागांच्या मिश्रणाने बनलेल्या रागांना त्या मूळ रागांचे प्रकार म्हटले जाते. उदा. कानड्याचे प्रकार, भैरवाचे प्रकार इ. दोन-तीन रागांचे मिश्रण करताना एक राग महत्त्वाचा व दुसरा दुय्यम असे मिश्रण करता येते किंवा समान महत्त्व देता येते. आरोहात

एक, अवरोहात दुसरा राग घेऊन किंवा पूर्वांगात एक, उत्तरांगात दुसरा राग घेऊन मिश्रणे केली जातात. या व्यतिरिक्त काही रागांच्या छायांनी छायालग राग बनतात. यापुढे जाऊन पाच रागांची पटमंजिरी, सहा रागांचा खट हा देखील प्रचलित आहे. यामुळे रागांची भर पडत जाते. याव्यतिरिक्त रागमिश्रणांमुळे व जोडरागांमुळे रागांची भर पडत असते. वादीसंवादीच्या फरकामुळेही रागांची भर पडते. (उदा. भूपाली–देशकार, विभास–रेवा) रागांच्या निर्मितीचे नवेनवे आयाम शोधण्याचा प्रयत्न सदैव सुरूच असणार आहे.

रागांच्या मुळाकडे किंवा उगमस्रोतांकडे जाताना जातींचा उल्लेख केला होता. प्रचलित असलेल्या गीतांमधील साम्य शोधून त्यांचा एक गट या अर्थाने जाती (म्हणजे प्रकार) असा त्याचा अर्थ होतो. त्यामुळे जातीतून राग उत्पन्न झाले असले, तरी त्याने उगमाची दिशा मात्र नेमकी कळत नाही. अशा वेळी शास्त्रीय संगीताइतकाच सशक्त संगीतप्रकार म्हणून लोकसंगीताचा अभ्यास करणे आवश्यक ठरते. शास्त्रीय संगीत, उपशास्त्रीयसंगीत, सुगम संगीत अशा समांतर संगीतप्रकारांमध्ये लोकसंगीत महत्त्वाच्या स्थानावर आहे.

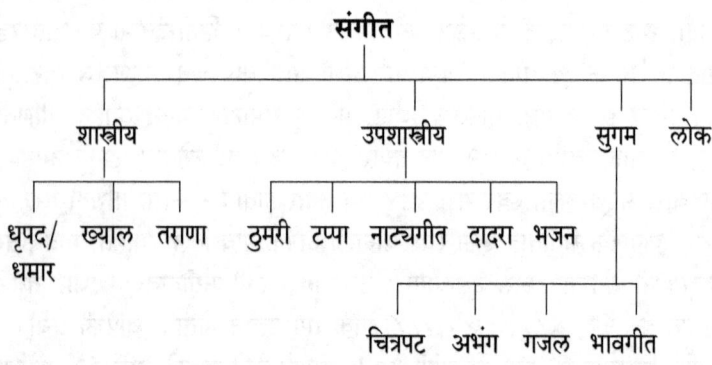

संगीताच्या या सर्व विधा आहेत. त्यापैकी शास्त्रीय संगीत याचा अर्थ रागसंगीत असा आहे. राग आणि ताल या सांगीतिक घटकांचे शास्त्र त्यात सर्वाधिक कसोशीने, काटेकोरपणे पाळले जाते. या अर्थाने त्याला शास्त्रीय म्हणावे. गानक्रियेचे शास्त्र म्हणजे विविध गानक्रिया असतात. उदा. तान हा एक गमक प्रकार आहे. एखाद्या ठिकाणी तानेच्या स्वरूपात स्वर घेणे निराळे आणि मुद्दाम तानक्रियेच्या अंतरंगात शिरून त्या क्रियेचे विविध आयाम धुंडाळणे निराळे असते. शास्त्रीय संगीतात अशा गानक्रियांच्या शास्त्रात शिरून त्याचा विस्तार केला जातो. या सर्व प्रकारच्या संगीतात ताल अंतर्भूत असतो. ते हिंदुस्थानी

संगीताचे वैशिष्ट्य आहे. तालाचे आवर्तन, समेची मात्रा, खाली-भरी, खंड, तालाचे बोल ह्या सर्वांचा सर्वाधिक खोलवर विचार शास्त्रीय संगीतात होतो. अधिक मात्रांचे ताल वापरणे, त्यांची विलंबित लय ठेवणे, संकीर्ण जातींचा ताल बनवणे, त्यामध्ये स्वतंत्र एकल वादन करणे किंवा अशा तालांमध्ये गाणे, गाताना लयकारी करून त्या तालाकृतीशी खेळणे, तिहाई घेणे, अनाघात जाणे इ. अनेक जाणीवपूर्वक कृतींनी तालाच्या घडणीत शिरून त्याचा विचार करण्याचे कार्य शास्त्रीय संगीतात होते. या अर्थानेही ते शास्त्रीय संगीत असते. 'शास्त्रीय' हे विशेषण वापरून ते उच्च अथवा शुद्ध आहे व बाकीचे संगीतप्रकार हीन अथवा अशुद्ध आहेत - असे सुचवायचे नाही.

स्वर व लय यांचेच परिष्कृत रूप असणाऱ्या राग, ताल या निखळ सांगीतिक घटकांचा व त्याच्या मांडणीतील अष्टांगांचा शास्त्र म्हणून विचार करून त्यामध्ये कौशल्य संपादन करणे यावर शास्त्रीय संगीताचा भर असतो. यापैकी ख्याल ही सध्याची शास्त्रीय गायनशैली आहे. ख्याल गाण्याची विशिष्ट रीत आहे. प्राथमिक स्वरविस्तार करून रागओळख करवणे, त्यानंतर बंदिश मांडणे, त्यानंतर आलापांच्या आधारे विस्तारपूर्वक राग मांडणे, त्यानंतर शब्द अथवा सरगमने लयकारी करणे व शेवटी तानांच्या रूपात पुन्हा राग विस्तारणे ही ख्यालगायनाची पद्धत आहे. ख्यालात स्वरविस्तार, बंदिश, आलाप, लयकारी, तान या पंचशीलाचा बारकाईने अभ्यास केला जातो.

'शास्त्रीय संगीत' किंवा 'रागसंगीत' असा शब्द वापरला की, रागाचे शास्त्र त्यामध्ये काटेकोरपणे पाळणे आवश्यक बनते. रागशुद्धता पाळणे, रागचलनाचे सौंदर्य खुलवणे, रागाच्या स्वरांचे व आकृतीचे सौंदर्य खुलवणे हे त्याचे उद्दिष्ट बनते. रागाची शुद्धता, रागाचे नियम, स्वरूप, चलन, वैशिष्ट्ये याकडे कोणत्याही कारणामुळे दुर्लक्ष होत असले, किंवा हे नियम मोडण्याची मुभा घेतली जात असेल; तर ते संगीत शास्त्रीय उरत नाही. सौंदर्यपूर्ण कारणासाठी का असेना, परंतु रागनियम शिथिल केले जात असले; तर त्यातली शास्त्रीयता कमी होऊन ते संगीत शास्त्रीयसदृश्य या अर्थाने उपशास्त्रीय किंवा सेमिक्लासिकल बनते.

टप्पा, ठुमरी, दादरा, नाट्यगीते, भजन हे प्रकार उपशास्त्रीय संगीताचे प्रकार आहेत. यामध्ये राग-ताल या घटकांच्या बरोबरीने कंठसंगीतात असलेला 'शब्द किंवा काव्य' हा घटक बरोबरीने येऊ लागतो. शब्दजन्य भावाची अभिव्यक्ती हे या संगीतप्रकाराचे उद्दिष्ट बनते. असे असले तरी शिथिल नियमांसाठी का असेना पण राग आधाराला असतोच. विस्तार, बढत, आलाप असतातच.

फक्त भावाभिव्यक्तीच्या उद्देशाने त्यात शब्द आधाराला घेतले जाऊ लागतात. भावप्रदर्शनाच्या उद्देशाने आवाजाचे लगाव बदलतात, गमकक्रियांचा वापर बदलतो. आलापाचे उद्दिष्ट 'रागस्वरूप' स्पष्ट करणे उरत नाही. तानक्रिया मुरकीच्या स्वरूपात येऊन, त्याचेही भावप्रदर्शन हे उद्दिष्ट बनते. तालांची क्लिष्टता कमी होते, आकार लहान होतो. (दीपचंदी सारखे मोठे, विलंबित ताल वगळता) लयकारीऐवजी बोलबाँट गरजेचे बनतात. एकूणच गाण्याचे उद्दिष्ट 'राग' न राहता 'भाव' हे बनते, तेव्हा ते उपशास्त्रीय संगीत बनलेले असते.

अर्थातच विलंबित दीपचंदीतली ठुमरी भावप्रदर्शनाच्या बरोबरच आकृती, नक्षी करीत जाते; तेव्हा ती ख्याल-ठुमरी सीमारेषेवरची ठरते किंवा कित्येकदा छोट्या ख्यालात मध्य-द्रुत लयीत गाताना शब्दांच्या सहाय्याने आलाप किंवा लयकारी करीत असताना शब्द खुलवले जातात; तेव्हा तो छोटा ख्याल उलट दिशेने ठुमरी-ख्याल सीमारेषेवरचा ठरतो. यांना अनुक्रमे 'बंदिश की ठुमरी' आणि 'ठुमख्याल' अशी नावे आहेत. ख्यालगायक असणारे कित्येक गायक ख्याल गातानाच असे सीमारेषेवर जाऊन अतिशय सौंदर्यपूर्ण व आकर्षक गायन करीत असतात. तर ठुमरी, नाट्यगीत किंवा इतर उपशास्त्रीय गायक रागाच्या आकृतीचे अत्यंत पेचदार विभ्रम मांडतात; तेव्हा तेही सीमारेषेवरच असतात. एरवीही हे गायनप्रकार एकमेकांमध्ये मिसळूनच असतात.

राग व ताल ही सर्व हिंदुस्थानी संगीताची वैशिष्ट्ये सुगम संगीतातही असली, तरी सुगम संगीतातला राग व तालाचा आविष्कार बराच मोकळा असतो. सुगम संगीत म्हणजे शब्दप्रधान गायकी. काव्य व्यक्त करणारा हा गीतप्रकार काव्यासाठी संगीत वापरतो. एकाचवेळी ती शब्द/काव्यगत भावाभिव्यक्तीही असते आणि संगीतही असते. काव्य महत्त्वाचे असते व संगीत दुय्यम असते. म्हणूनच संगीताचा म्हणजे राग व ताल यांचा वापर लवचीक असतो. येथे गाण्याचा राग कोणता, हे शोधता येते; पण मग प्रत्येक ओळीला, प्रत्येक शब्दात वेगवेगळा राग जाणवतो. मग इतक्या जोडांपेक्षा 'राग' नसतो - असे म्हणणे अधिक उचित ठरते. यमनाची अनेक सौंदर्यपूर्ण रूपे चित्रपट संगीतात आहेत, भीमपलास अनेक अंगांनी भावगीतांमध्ये येतो. मात्र 'राग दाखवणे' हे त्याचे उद्दिष्ट शब्दांकडे लक्ष कायम राहू शकले, तरच मान्य होते. सुगम संगीतात तालाची क्लिष्टता कमी होते. शब्दांच्या ठेवणीच्या आधारे आठ मात्रांचे कित्येक ठेके सुगम संगीतात प्रचलित आहेत. रूपक, केहेरवा, धुमाळीची ठेवण गाण्यानुसार बदलून त्यांचे ठेके बनवले जातात. याचाच अर्थ 'शब्द'प्रमाण मानून

त्यासाठी राग–ताल वापरणारे संगीत सुगम संगीत असते. अर्थातच उपशास्त्रीय व सुगम संगीताच्या सीमारेषेवरचेही गायक व गीतप्रकार आहेत. अभंग, ग़ज़ल, नाट्यगीत, भजने तर या सीमारेषेवर असतात. कधी तर या सीमारेषेपलीकडे जाऊन उपशास्त्रीय व शास्त्रीयच्या सीमारेषेकडेही जातात. पं. भीमसेन जोशींचे अभंग किंवा बालगंधर्वांचे नाट्यसंगीत यांचे यासंदर्भातले स्थान यासंदर्भात विचारणीय आहे. बालगंधर्वांच्या गायनाची वैशिष्ट्ये आचार्याचार्य विवेक गोखले यांनी अशी सांगितली आहेत –

"स्वराचा आणि स्वरात भिजलेल्या शब्दांचाही लडिवाळपणा. थोडाही कठोरपणा नाही. 'ड' 'ण' 'र' या वर्णांचे उच्चार मृदूच असतात. प्रमाण मराठी भाषा बोलताना दोन अक्षरी, तीन अक्षरी शब्द उच्चारताना जसे आघात असतात ते सांभाळणे. मध्यम पंचम दाखवताना त्याला पूर्वी झाकून मग दाखवणे, शब्दांचे वळण सांभाळण्यासाठी ते 'अनाघात घेणे' यासारखे कौशल्य वापरणे. सांगीतिक कौशल्य दाखवायचे झाले; तरी एखादा राग गाताना दुसऱ्या रागाचा तिरोभाव करून लागलीच मूळ रागाचा आविर्भाव करावा, तसे पदाच्या भावपरिपोषाला धक्का न लागता उलट त्यात पूरक अशी भर पडावी, अशाच रीतीने ते दाखवणे आणि या सर्व गोष्टी सहज, नैसर्गिक वाटाव्या इतक्या सफाईने करणे." [३]

शास्त्रीय, उपशास्त्रीय, सुगम संगीत यापैकी शास्त्रीय किंवा रागसंगीत या गटात लोकसंगीताचा अंतर्भाव करता येत नाही. कारण राग मांडणे हा लोकसंगीताचा हेतू नाही. राग, ताल, आकृतीबंध, गमकक्रिया यापैकी कशाचाही विस्तार करण्याचा किंवा त्यात खोलात शिरून त्याचे सौंदर्य शोधण्याचा लोकसंगीताचा हेतू नसतो. सुगम संगीत किंवा लोकसंगीत या दोन्हीत असे सौंदर्य नसते, असे मला म्हणायचे नसून केवळ तो हेतू नसतो, एवढेच सूचित करायचे आहे. राग तालाचे नियम शिथिल करून भावदर्शन करण्याचा हेतू असणाऱ्या उपशास्त्रीय संगीतातही लोकसंगीताचा अंतर्भाव करता येत नाही. कारण राग–तालाचा तेवढाही संदर्भ लोकसंगीतात नाही. असा विस्तारही (improvisation) लोकसंगीतात नसतो.

काव्यगायन वा गीतगायन हा मुख्य हेतू असणाऱ्या सुगम संगीतात लोकसंगीताचा अंतर्भाव करता येऊ शकेल, कारण मुख्यत: लोकगीते सादर करण्याचा हेतू त्यात प्रभावी असतो. उदा. भुलाबाईच्या गाण्यात

सासू गेली समजावयाला
चला चला सुनबाई अपुल्या घराला

पाटल्यांचा जोड देते तुला
मी नाही यायची तुमच्या घराला ...

इत्यादी काव्यातून रुसून बसलेल्या स्त्रीची तिच्या नातेवाईकांनी मनधरणी करणे हा भाव आहे. यात दीर, नणंद, सासरे अशा कितीतरी नात्यांची भर पडत पडत हे काव्य पुढे सरकते. गाण्याची चाल एकसारखीच असते. काव्याचा मूळ आशय सारखाच असला; तरी कोण कशी समजूत काढीत आहे, याबद्दल उत्कंठा वाटते, म्हणून हे गीत शब्दप्रधान ठरते. या गीतात काव्याच्या आघाडीवर काहीतरी घडत असते. यात प्रत्येक व्यक्ती आपापल्या कल्पकतेने थोडीफार भर घालत हे गीत रंगत जाते. परंतु अधिक विचार केल्यास भावगीत, भक्तिगीत, गजल इ.च्या तुलनेत शब्दप्रधानतेच्या दृष्टीने लोकसंगीताचे काव्य सुगम संगीतातल्या गीतासारखे नसते. तो लोकसंगीताचा हेतूही नाही. त्यामुळे शास्त्रीय, उपशास्त्रीय, सुगम संगीत या तिन्हीपेक्षा वेगळे मानून लोकसंगीताचा स्वतंत्र गट मानणे सयुक्तिक वाटते.

या ठिकाणी 'शास्त्रीय' या संकल्पनेबाबत विचार करणे योग्य ठरेल. शास्त्रीय (classical) या शब्दाचा for classes असा अर्थ केला जातो. हा elite class म्हणजे नेमके काय ? 'उच्चभ्रू' कोणत्या अर्थाने आहे, त्याला सांगीतिक आधार आहे की आर्थिक, सामाजिक संदर्भही आहे – हे शोधावे लागते. सांस्कृतिक संदर्भातही ह्याचा विचार व्हावा. ज्यांना संगीताचे श्रवणसंस्कार आहेत किंवा ज्यांनी संगीताचे प्रशिक्षण घेतले आहे, अशा सुशिक्षित किंवा समशिक्षित गटाला 'class' मानून हे वर्गीकरण केल्यास योग्य आहे.

शास्त्रीय संगीतात	–	राग गायला जातो,
उपशास्त्रीय संगीतात	–	राग मिश्र होतो,
सुगम संगीतात	–	गीत गायले जाते,
लोकसंगीतात	–	धुन गायली जाते.

लोकधुन परंपरागत आहे. तिला मौखिक परंपरा, रीत आहे, एकाच वेळी रूढ आणि लवचीक आहे. ही लोकधुन अनेक अर्थांनी महत्त्वाची आहे.

लोकसंगीताचे स्वरूप

लोकसंगीताचे स्वरूप व अर्थ

लोककला, लोकपरंपरा या शब्दातील 'लोक' या शब्दाचा अर्थ प्रजा, संघ, जात, जनसामान्य, रयत, समाज असा आहे. ऋग्वेद व अथर्ववेदात, भरताच्या नाट्यशास्त्रात किंवा मतंगमुनींच्या बृहद्देशीसारख्या महत्त्वाच्या ग्रंथांमध्ये 'लोक' हा शब्द सापडतो. सूरदास, तुलसीदासांसारख्या संतांच्या काव्यातही लोक शब्द सापडतो. 'लोकशाही' या संज्ञेतून तो सर्वांना परिचित आहे. या सर्वांमधून 'लोक' या शब्दातून सर्वसामान्य, अविशिष्ट समूह असा अर्थ ध्वनित होतो. लोकसंगीत या शब्दाचा अर्थ 'सर्वसामान्य लोकांचे संगीत' असा करता येईल.

लोककला या शब्दाला समानार्थी म्हणून इंग्रजीत 'Folk Art' असा शब्द वापरला जातो. Folk या शब्दाचा शब्दकोशात विशेषण म्हणून *Originating or traditional with common people of a country or region and typically reflecting their life style* किंवा *of or relating to the common people* असा अर्थ दिला आहे.[४] इंग्रजी folk हा शब्द जर्मन 'volk' पासून तयार झाला आहे, ज्याचा अर्थ 'the people as a whole' असा आहे. सर्वसामान्यांचे, समूहाचे प्रतिबिंब लोक-परंपरांमधून स्पष्टपणे दिसते. एखाद्या संस्कृतीचे प्रतिनिधित्व त्यामधून होते. मूल्यांचे दर्शन त्यातून होते. संस्कृतीचे संरक्षण व संवर्धन करण्याचा तो सर्वाधिक सहज मार्ग ठरतो. लोकसंगीतातदेखील भारतीय संस्कृतीचे प्रतिबिंब सहजपणे दिसते. लोकसंगीताच्या काही मान्यवरांनी केलेल्या व्याख्यांमधून

'लोकसंगीत म्हणजे लोकांनी लोकांसाठी केलेले लोकांचे संगीत' असा अर्थ स्पष्ट होतो. लोकसंगीत या शब्दात गीताचे काव्य व त्याचे संगीत या दोन्ही गोष्टी अंतर्भूत आहेत.

लोकसंगीताची वैशिष्ट्ये

पारंपरिकता

लोकसंगीत या शब्दाने त्या कलाकृतीची पारंपरिकता सूचित होते. लोकसंगीत पारंपरिक असते. त्याला काळाची परंपरा असते. ते अपरिहार्यपणे जुनेच असते. काळाच्या कसोटीवर पारखलेले असते. एखादे गीत लोकसंगीत ठरण्यासाठी अनेक पिढ्यांचे सातत्य अपेक्षित असते. निर्मितीच्या वेळी ते सामान्य अर्थाने गीत असते. परंतु त्याला अनेक पिढ्यांचे सातत्य लाभले की, ते लोकगीत ठरू शकते. याच अर्थाने शास्त्रीय संगीतात सदारंग अदारंगांच्या बंदिशी पारंपरिक मानल्या जातात. त्या बंदिशींच्या निर्मितीच्या वेळी त्या नव्याच होत्या. मात्र कालांतराने अनेक वर्षे, पिढ्यान्‌पिढ्या गायल्या जाणाऱ्या या अर्थाने आता त्या पारंपरिक आहेत. शास्त्रीय संगीतात एखाद्या व्यक्तीची गायनशैली स्पष्टपणे वेगळी व नवीन असली, तरी तीन पिढ्यांचे सातत्य लाभल्यानंतरच ते घराणे बनू शकते. जशी एखादी शैली घराणे बनते, जशी एखादी नवी बंदिश पारंपरिक बनते, तसेच एखादे गीत कालांतराने लोकसंगीत ठरते. या पार्श्वभूमीवर आज रचली जाणारी गीते सध्या नवी असली, तरी पुढे लोकसंगीत ठरतील ही शक्यता आहे. लोकप्रियता एवढ्या एका निकषावर एखादे गीत लोकगीत बनू शकत नाही. त्याबरोबर त्याचा सामाजिक संदर्भही महत्त्वाचा असतो. त्यामुळे एखाद्या गीताचे लोकगीत बनणे ही प्रक्रिया निश्चित स्वरूपाची सरळ नसते.

अनामिकता

लोकगीत हे लोकांचे संगीत असते. म्हणजेच ते समूहाचे असते, व्यक्तीचे नाही. त्यावर विशिष्ट व्यक्तीचा अधिकार नसतो. लोकसंगीत हे बिरूद लावण्यासाठी त्या गीताचे काव्य व संगीत या दोन्हीतली व्यक्तिगतता नाहीशी व्हावी लागते. त्याचा रचयिता अनामिक बनावा लागतो.

अर्थातच निर्मितीच्या वेळी लोकसंगीत विशिष्ट व्यक्तीचे असते. परंतु त्यात आपापल्या गरजेनुसार, आवडीनुसार भर टाकली जाते. हे सीमित स्वातंत्र्य प्रत्येकाला असते. याबाबत लोकसंगीताचे ज्येष्ठ अभ्यासक पद्मश्री श्री. देवीलाल सामर ह्यांची मते विशेष उल्लेखनीय वाटतात. त्यांच्या मते –

"वैयक्तिक स्तरावर निर्मिती झाली असली; तरी लोकांना ती आपलीशी वाटू लागते, त्याचे शब्द व चाल लोकांच्या गळ्यावर चढते, पुढे त्या चालीत/ शब्दात गरजेनुसार बदल होत जातात. ही प्रक्रिया सुरू असते. या सगळ्यात मूळ कर्ता विसरला जाऊ लागतो, तेव्हा गीताचे लोकगीत बनलेले असते." ५

पिढ्यान्पिढ्या गायल्या जात असणाऱ्या अनेक लोकगीतांच्या गीतकाराचा व संगीतकाराचा उल्लेखही सापडत नाही. हे त्याचे बलस्थान आहे. संत मीराबाईंची भजने, संत कबीरांचे दोहे लोकप्रिय आहेत, पिढ्यान्पिढ्या गायले जात आहेत. मात्र इतके लोकप्रिय असूनही ते लोकसंगीत बनले नाही, ही गोष्ट या संदर्भात महत्त्वाची ठरते.

लवचिकता

लोकसंगीताचे काव्य व संगीत अनामिक असल्यामुळे त्यावर कोणाचाही अधिकार नसतो किंवा मग सर्वांचाच अधिकार असतो. ते जपण्याची सर्वांचीच जबाबदारी असली; तरी तिच्यात कमीअधिक फरक करण्याची, भर टाकण्याची मुभा सर्वांनाच असते. ते लोकांचे असते. लोकांनी बनवलेले असते. लोकांसाठी बनलेले असते. जे मिळाले, जसे मिळाले, जेवढे मिळाले; ते स्वीकारून स्वतःच्या आनंदासाठी ज्याची गरज पडेल, जशी, जितकी गरज पडेल, तितकी भर टाकण्याचा, बदल करण्याचा, वाकवण्याचा प्रयत्न केला जातो. हा स्वभाव लोकसंगीत समर्थपणे पेलते. मात्र कालांतराने हे बदलच अधिक प्रभावी व व्यक्तिकेंद्री बनले, तर त्या लोकगीताचे गीत बनू लागते. उदा. 'केसरिया बालमा' हे लोकगीत आता स्वतंत्र गीत बनले आहे. ही परिवर्तनशीलता व लवचिकता हे लोकसंगीताचे वैशिष्ट्य आहे. लोकसंगीताच्या कलाकारांच्या भेटीमधून 'परंपरा व नवता' जोपासण्याचा स्वभाव विशेषत्वाने जाणवतो. केवळ शुद्धता राखणे हे या संगीताचे उद्दिष्ट नाही. विविध व्यक्ती व समूह ह्यांच्याकडून सतत संस्करणे होत असतात. असे बदल होणे, सुरुवातीला ते न स्वीकारणे, नंतर त्यांना सामोरे जाणे व कालांतराने हे बदल आकर्षक असल्यास रूढ होणे ही या बदलाची निरंतर प्रक्रिया आहे.

गेल्या काही दशकांमध्ये झालेला सामाजिक, सांस्कृतिक व सांगीतिक परिवर्तनाचा वेग प्रचंड आहे. विविध अंगांनी, दिशांनी व विविध गटांकडून बदल होत भरही पडत असते. दळणवळणाची व संप्रेषणाची (communication) साधने सुलभ झाली आहेत, त्यामुळे बदल सर्व स्तरात अतिशय वेगाने पसरत जातात. विविध प्रसारमाध्यमांमुळे जगभरातले तऱ्हेतऱ्हेचे संगीत कानावर पडते.

याचे प्रभाव जाणते-अजाणतेपणी होत जातात. या प्रभावांचे प्रतिबिंबही कधी जाणीवपूर्वक दाखविले जाते, तर कधी ते नकळत अप्रत्यक्षपणे झालेले असते. हे बदल व त्यांचे प्रभाव अटळ आहेत.

शुद्धता राखणे, अस्पर्श्य असणे, प्रभावांपासून दूर राहणे अशक्य आहे. स्थानिक, राज्यस्तरीय, राष्ट्रीय, आंतरराष्ट्रीय असे वेगवेगळ्या पातळ्यांवर हे बदल व त्यांचे प्रभाव दिसू लागतात. हे बदल व त्यांचे प्रभाव अटळ आहेत. त्यामुळे लोकसंगीत मोठ्या शहरांपेक्षा छोट्या खेड्यांमध्ये तुलनेने अधिक टिकून आहे हे जाणवते. मात्र तिथेही बदलांचे वारे पोचले आहेत, हेही वास्तव जाणवते.

प्रादेशिकता

लोकगीते प्रादेशिक असतात. त्याची भाषा, त्याचे विषय, त्यातली प्रतीके प्रादेशिक असतात. लोकसंगीत विशिष्ट समाजाचे (कोळी, शेतकरी, भोई इ.) असते. विशिष्ट प्रदेशाचे असते. (उदा. डोंगरी प्रदेश, पठारी प्रदेश, सागरी प्रदेश इ.) त्या त्या प्रदेशातील गरजांनुसार आवाजाचे लगाव भिन्न होत जातात. आवाजाचा पोत, आवाजाचा लगाव, लहानमोठेपणा, खुला-बंद बाज या सर्वांमध्ये भौगोलिक परिस्थितीचे प्रतिबिंब दिसते. वाहत्या हवेची गूंज, समुद्राच्या लाटांचा गाज, डोंगरदऱ्यांच्या प्रदेशातला आवाजाचा घुमारा या सर्वांचा कळत-नकळत परिणाम होतो. बोलण्यातून-गाण्यातून तो व्यक्त होतो.

मात्र स्वरसंगतीमध्ये, लोकगीताच्या चालीमध्ये मात्र प्रदेशानुरूप भिन्नता दिसत नाही. म्हणजे काही प्रदेशात कोमल स्वरांची गीते आढळतील, काहींमध्ये नाही – असे अजिबात जाणवत नाही. त्यामुळे लोकसंगीतातून रागांची निर्मिती झाली, तरी त्यातून निर्माण झालेल्या रागात मात्र प्रादेशिकता राहात नाही. म्हणजे राजस्थानच्या प्रादेशिक लोकधुनेमधून उत्पन्न राग मात्र प्रादेशिक होत नाही.

लोकसंगीत विशिष्ट स्थळाचे, वर्गाचे असते. संगीताच्या संदर्भात विचार केल्यास त्याच्या स्वरांचे दर्जे, लगाव, वाद्ये कित्येकदा विशिष्ट असतात. काव्याच्या संदर्भात विचार केल्यास त्यातली भाषा, शब्द, रूपके, प्रतिमा त्या प्रदेशातील लोकपरंपरांचे प्रतिनिधित्व करतात.

लोकसंगीतातील वाद्यांमध्ये त्या त्या प्रदेशात उपलब्ध साधनांचा उपयोग शक्यतो केलेला दिसतो. ज्या वाद्यांचा गाण्यात साथीला उपयोग केलेला दिसतो, ती वाद्ये मानवी कंठातून निघालेल्या स्वरांचे अनुकरण करतात. मात्र कित्येक ठिकाणी मानवी कंठाला जे शक्य होत नाही, ते वाद्यांमधून वाजवले जाते. गाण्याला पार्श्वभूमी म्हणून एखादी स्वरसंगती सतत येते. ही स्वरसंगती त्या

लोकधुनेचा भाग असते. पार्श्वसंगीत म्हणूनही काही वाद्ये वापरली जातात. दोन कडव्यांच्या मधला, धृवपदानंतरचा भाग अत्यंत कल्पक व आकर्षकपणे भरून काढण्यासाठी काही लोकधुनांमध्ये वाद्यांचा उपयोग केलेला आहे. प्रत्येक वाद्याचे स्वत:चे वैशिष्ट्य, स्वत:चा बाज, लगाव असतो. त्याचे काही वेगळेपण असते. काही मर्यादा असतात. वाद्यसंगीत आणि कंठसंगीत ह्यांच्या परस्परजोडीने लोकसंगीत समाजमनावर ठसलेले असते. उदा. ढोल, ढोलक, ढोलकी, मृदंग, पखावज ही तालवाद्येच आहेत; पण त्यावर पडणारी थाप व त्याचे बोल कोणता लोकसंगीत प्रकार आहे, हे स्पष्ट करतो. ढोलकीची लावणीची थाप व मृदंगाचा घोष वेगळा जाणवतो.

मौखिक परंपरा

लोकसंगीत मौखिक परंपरेने जपले जाते. पिढ्यान्‌पिढ्या एका पिढीकडून दुसऱ्या पिढीकडे ते सुपूर्द होते. ऐकून ऐकून, बघत-बघत, कानावर पडून ते शिकले जाते व पुढच्या पिढीकडे संक्रमित केले जाते. उदा. मराठी मंगळागौरीच्या वेळी गायले जाणारे 'किस् बाई किस्', फुगडी, पिंगा, फेर, चक्र या सगळ्या खेळांचे व त्याबरोबरच्या गाण्यांचे संस्कार आजी, आई यांच्या पिढ्यांनी आपोआपच दिले होते व त्यांनाही ते त्यांच्या आधीच्या पिढ्यांकडून मौखिक रूपातच मिळाले होते.

मौखिक परंपरेने जतन करण्यामुळे वैयक्तिक अभिव्यक्ती जपली जाते, बदलांचे स्वातंत्र्य राखले जाते, कॉपीराईटसारख्या अधिकारांचा संदर्भ येत नाही. असे असले तरी त्याने 'मुळाबरहुकूम' असल्यामुळे येणारी शुद्धता (authenticity) मात्र राखता येत नाही.

लोकसंगीताची लक्षणे

ज्येष्ठ गायक व लोकसंगीताचे सखोल अभ्यासक पं. कुमारगंधर्व यांचे विचार येथे देत आहे -

क) लोकधुना साधारणपणे चार-पाच स्वरांमध्ये सीमित आहेत. क्वचित काहींमध्ये सहा स्वर मिळतात, पण अशांची संख्या फार कमी आहे.

ख) लोकधुना लयबद्ध असतात. गाताना लयसूचक वाद्य न वाजवल्यामुळे लोकधुनांमध्ये केवळ स्वरांचे महत्त्व आहे असे भासते. परंतु अधिक लक्षपूर्वक बघितले, तर लय स्पष्ट दिसते. नृत्याबरोबर ज्या धुना गायल्या जातात, त्यात ढोलकच्या संगतीमुळे लय स्पष्टपणे व्यक्त होते. आश्चर्याची

गोष्ट म्हणजे लयीचे अनेक प्रकार लोकधुनांमध्ये मिळतात. समान भागांची लय – जी सरळ असते – किंवा क्लिष्ट विभाजनाची लय – जिचे भाग समान नसतात – अशा दोन्ही प्रकारच्या लयी लोक-धुनांमध्ये दिसतात. शास्त्रीय संगीतातही दोन्ही प्रकारचे ताल आहेत.

ग) लोकधुनांमधील स्वर समयानुरूप असतात. प्रात:काल, माध्याह्न, संध्याकाळ व रात्रीनुसार स्वाभाविकपणे स्वरसाम्य असते. शास्त्रीय संगीतात हा विषय अत्यंत महत्त्वाचा समजला जातो. स्वरानुसार रागांचे समयविभाजनही केले जाते.

घ) लोकधुना प्रामुख्याने सरळ असतात. शास्त्रोक्त संगीतातील अनेक रागांच्या मिश्रणाने जोड किंवा मिश्र राग बनावेत, तसे काही लोकधुनांमध्येही रागांचे मिश्रण सापडते. भैरव-बहार, सोनी-भटियार, नट-केदार, हेम-नट, नट-मल्हार, नट-बिहाग हे अशाच प्रकारचे राग आहेत. लोकधुनांमध्ये जितक्या जोड किंवा मिश्र धुना मला सापडल्या, त्या सर्व अत्यंत सुंदर व सुमधुर आहेत. त्यांचे मिश्रण कलात्मक व अत्यंत स्वाभाविकतेने युक्त आहे.

ङ) लोकगीतांची स्वररचना प्रसंगानुरूपही असते. प्रसंगानुरूप स्वरांचे भाव व्यक्त होतात. उदाहरणार्थ इकडे मध्य-प्रदेश, मध्य-भारतातील गावांकडे कुठेकुठे बळी चढवला जातो. त्यावेळी जी लोकधुन गायली जाते, तिच्यात बीभत्स भाव आहे. मला जी लोकधुन मिळाली आहे, तिच्यातला रिषभ इतका विचित्र लागतो की, ऐकणाऱ्याच्या अंगावर काटे उभे व्हावेत. मी स्वत: असे करून अनुभव घेतला आहे. झूल्याच्या धुनांमध्ये पाळण्याची दोलने (pangs) खूप स्पष्ट व मार्मिक असतात. शास्त्रोक्त संगीतात स्वरांमधून भावना व्यक्त करण्यासाठी संपूर्ण शक्ती खर्च करावी लागते. परंतु फार कमी गायकांना वेगवेगळी स्वरूपे व्यक्त करण्याची कला हस्तगत झाली आहे.

च) एकाच लोकधुनेत अनेक गीते गायली जातात. गीताचे बोल भिन्न असल्यामुळे व विशेषत: लयीत परिवर्तन झाल्यामुळे ती एकमेकांपेक्षा भिन्न होतात. स्वररचना केल्यावरच अशा वेगवेगळ्या लोकधुना उलगडतात.[६]

ज्येष्ठ संगीतज्ञ व सौंदर्यशास्त्राचे अभ्यासक डॉ. अशोक रानडे यांनी ही लक्षणे पुढीलप्रमाणे सांगितली आहेत –

ध्यानात येण्यासारखे पहिले लक्षण वाद्यसंगीताचा अभाव होय. गीताचे महत्त्व प्रस्तुत परंपरेत अपरंपार म्हणून असे असावे. शिवाय गीताला साथ म्हणून वाद्ये वावरतात; इतकेच नव्हे तर गायल्या जाणाऱ्या आविष्कारांचे अनुकरण सिद्ध करण्यात त्यांना धन्यता वाटते. बहुतेक लोकवाद्यांत दीर्घ, एकल आविष्काराची क्षमता नसते. सांगीतिक विस्तारास पोषक नसलेली वाद्ये साथीपुरती आणि कधीकधी अल्पसे एकल वादन करण्यापुरती वावरत राहतात.

सामूहिकता सर्व पातळ्यांवर वावरत असल्यामुळे लोकसंगीताचे स्वरूप बऱ्याच प्रमाणात सामूहिकतेने निश्चित होत असते. (कोटींपैकी जनप्रिय व लोकसंगीत या दोन कोटींच्याच नावांत सामूहिकता प्रतिबिंबित व्हावी, हे लक्षणीय आहे!) संकल्पन, प्रयोग, प्रसार इतकेच नव्हे तर भावनिक आशयासारख्या बाबींतही सामूहिकता लोकसंगीताचे नियंत्रण करते.

लोकगीतांची निर्मिती केल्याचे श्रेय एकट्यादुकट्या व्यक्तीस क्वचितच दिले जात असते. लोकगीते सामूहिक पुनर्निमितीची उदाहरणे होत, असे मानणारे अधिक आहेत. अस्तित्वातील एकंदर सामाजिक सांस्कृतिक परिस्थितीचा परिपाक म्हणून विशिष्ट काली, विशिष्ट सांस्कृतिक समूह एक निश्चित संगीत द्रव्य निर्माण करतो. परिणामत: एखादे लोकगीत पूर्णत: वा भागश: आकारास येऊ लागते. संपूर्ण वातावरण जणू काय त्या गीताने संपृक्त होते आणि विशिष्ट व्यक्तीच्या मुखाने विशिष्ट प्रसंगाच्या निमित्ताने गीताचे स्फटिक तयार होतात. सर्वसाधारणत: लोकगीते निनावी असतात, कारण गीतनिर्मितीत समूहाचा सहभाग मोठा असतो. मात्र गीतपुनर्निर्माणात व्यक्तीच्या कार्यास योग्य तो वाव दिलेला आढळतो.[७]

लोकसंगीताचे भेद

लोकसंगीताचे अनेक प्रकार आहेत. विविध प्रांतांच्या या संपन्न लोकधुनांचे वर्गीकरण एकाच निकषावर करणे अशक्य आहे. त्यामुळे विविध निकषांवर आधारित लोकसंगीताच्या भेदांची चर्चा येथे केली आहे. यामुळे लोकसंगीताच्या अनेक पैलूंवर प्रकाश पडतो.

लोकसंगीताचे मुख्य दोन भेद या निमित्ताने जाणवले ते असे –

१) स्वत:साठी गायले जाणारे

२) इतरांसाठी गायले जाणारे

स्वत:साठी गायल्या जाणाऱ्या लोकसंगीतात कलाकार व आस्वादक हे नाते नसते. यामध्ये स्वत:च्या आनंदासाठी गाण्याचा भाव असतो. ज्याने आनंद

मिळेल, ते गावे. त्यात परंपरापालनाचा अभिनिवेष नसतो. स्वत:ला आनंद मिळावा म्हणून, स्वत:चे श्रम हलके व्हावेत म्हणून असलेल्या या लोकसंगीतात असा स्वान्त:सुखाय (मी माझ्यासाठी गाणे) भाव असतो.

समूहातून जेव्हा सर्वांच्या आनंदासाठी लोकसंगीत गायले जाते, तेव्हा त्याचे स्वरूप थोडे वेगळे असते. समूहात गाण्यासाठी एकूण समूहाची शिस्त, पद्धत स्वीकारावी लागते. उदा. कोणी कोणती ओळ कितीदा गायची, हे ठरवावे लागते. किती व कुठे थांबायचे, हे ठरवावे लागते. यामुळे काही ठळक नियम बनवावे लागतात. समूहात गाताना संपूर्णपणे मोकळीक घेता येत नाही. ही शिस्त लावण्यासाठी परंपरेने आलेली मार्गदर्शक तत्त्वे स्वीकारावी लागतात. उदा. पारंपरिक चाल, ठेका, पद्धत माहीत करून घेऊन त्या दृष्टीने गावे लागते. ही परंपरागत चाल ऐकून ऐकून, मौखिक रूपात संस्कारांनी जतन केलेली असते. तिची तालीम घेण्याची गरज नसते. श्रवणसंस्कारांतून ती समजत जाते. यामुळे हे लोकसंगीत स्वान्त:सुखाय न राहता त्याला समूहाची शिस्त लागते.

इतरांसाठी गायल्या जाणाऱ्या लोकसंगीतात कलाकार व श्रोता असा संबंध असतो. लोकसंगीत गायक स्वत:च्या आनंदासाठी गात नसून इतरांच्या आनंदासाठी गातो. (प्रसंगी स्वत:ला कष्ट होत असले, तरी इतरांच्या आनंदासाठी गातो). त्याच्या गाण्यामध्ये लोकसंगीत ही एक 'कला' बनते. त्याला सादरीकरणाचे व प्रस्तुतीचे भान येते, ती कलाकृती श्रोत्यांच्या दृष्टीने कशी आकर्षक बनेल याकडे लक्ष दिले जाते. श्रोत्यांचे लक्ष वेधून घेण्यासाठी क्लृप्ती योजल्या जातात. यांत श्रोता निष्क्रीय असतो व कलाकार सक्रिय असतो. लोकसंगीताचे कला म्हणून असलेले हे स्वरूप व लोकसंगीताचे स्वान्त:सुखाय आत्ममग्न स्वरूप यात खूप फरक जाणवतो.

लोकसंगीत व शास्त्रीय संगीत यांच्या परस्परसंबंधाचा विचार संगीतक्षेत्रात केला जातो. वास्तविक दोन्हीला प्राचीन काळापासूनची सुदृढ परंपरा आहे. दोन्हीला प्रामुख्याने मौखिक परंपरेने जतन केले जाते. दोन्हीला परंपरा, रूढी यांचे मोल आहे. वारसा किंवा परंपरेने चालत आलेल्या गोष्टींचे जतन करण्याचे मोल दोन्ही संगीतांनी जाणले आहे.

लोकसंगीत ही लोककला आहे. 'लोकांनी लोकांसाठी' ही साधीसोपी व्याख्या आहे. लोकांनी म्हणजे सामान्यजनांनी असा अर्थ आहे. सांगीतिक अभ्यास नसलेले हे सामान्यजन असा त्याचा अर्थ केला जाईल. मात्र महाराष्ट्रातल्या लावणी, भारूड, पोवाडा या लोककलांचे कलाकार रीतसर तालीम घेतात,

त्यांचे जीवन कलांसाठी वाहून घेताना दिसतात, त्यामुळे त्यांचा उल्लेख 'अभ्यास नसलेले' असा करता येत नाही. लावणी, तमाशा, दंडाराचे फड इ. माध्यमातून होणाऱ्या कार्यक्रमातले लोकसंगीताचे स्वरूप एक सादरीकरणाची/प्रस्तुतीकरणाची प्रयोगकला अशा स्वरूपाचे असते. या व अशा इतरही लोकसंगीत प्रकारांना 'संस्कारित लोककला' असे म्हणता येईल. यामध्ये सादरकर्ता हा एक कलाकार असतो.

काही लोकसंगीत प्रामुख्याने नृत्याबरोबर गायले जाणारे गीत अशा स्वरूपाचे असते. यात मुख्यत: पदन्यास व त्यासाठी असलेला तालाचा ठेका महत्त्वाचा असतो. ही लोकगीते अत्यंत मर्यादित असतात. कित्येकदा तर गीत गाण्याऐवजी केवळ वाद्यसंगीताचाच वापर यात केला जातो. गायक व नर्तक असा हा संबंध असतो.

विवाह, जन्म, मृत्यू, इतर धार्मिक विधी इ. प्रसंगी गायल्या जाणाऱ्या गीतांमध्ये शब्द महत्त्वाचे असतात. विवाहाच्या गीतांमध्ये तर नाट्यही महत्त्वाचे असते. वधुवर पक्षांची जुगलबंदी, गाली इ. गीतप्रकारांमध्ये धृवपद समान असते. कडव्यांमध्ये नाट्यपूर्ण काव्य रचले जाते. मात्र या काव्याकडे लक्ष वेधले जावे म्हणून त्याची चाल अत्यंत आक्रमक, स्पष्ट असते. धृवपद व कडवे यांच्या ठेवणीतही खूप फरक असतो. लोकगीतांचे शब्दप्रधान, नाट्यप्रधान, स्वर(चाल) प्रधान अशा तऱ्हेचे भेद करता येतील.

लग्नांमध्ये गोंधळ, डहाका इ. शैलींच्या लोककलाकारांना बोलावून त्यांची कला एक धार्मिक कृत्य म्हणूनही सादर केली जाते. या ठिकाणी कलाकार व श्रोता/प्रेक्षक असा संबंध असतो. लग्नांच्या वेळी घरातल्याच लोकांनी मिळून गायलेली गाणी व लग्नप्रसंगी मुद्दाम लोककलाकारांचा कार्यक्रम ऐकणे या दोन गोष्टी भिन्न आहेत. कारण दोन्हींचे हेतू वेगवेगळे आहेत व त्यामुळे स्वरूपातही फरक निश्चितपणे पडतो.

काही लोकगीते विशिष्ट कामांच्या वेळी गायली जातात. त्यामध्ये कामाच्या गतीचा संदर्भ येतो. उदा. पालखीचे भोई जेव्हा गातात, तेव्हा त्यांच्या चालण्याच्या गतीचा संदर्भ त्यांच्या गाण्यात येतो. वल्हे मारीत असताना गायलेल्या कोळी समाजाच्या गीतांमध्ये त्या गतीचा व त्या डोलाचा संदर्भ येतो. श्रावणात झाडांवर झूला टाकून त्यावर झुलताना गायलेल्या झूला गाण्याच्या लयीत तो झोका 'हिंडौला' निश्चितपणे येतो. लय, ताल, आवाजाचा लगाव, फेक, अलंकरणे या सर्वांमध्ये कोणते काम केले जात

आहे, याचा संदर्भ सतत जाणवत राहतो. ह्या गीतांना कलाकार व श्रोता असा संबंध नसतो. स्वत:साठी केलेले व स्वत:साठीच गायलेले असे ते गीत असते.

पहाटे जात्यावर धान्य दळत असताना स्त्रिया गात असत. या संपूर्ण कृतींचा बारकाईने विचार केल्यास त्यात अनेक संदर्भ आहेत.

वेळ पहाटेची आहे. (दुपारची नाही.) त्यामुळे आवाजाचा लगाव अत्यंत संथ राहील, खालच्या पट्टीत राहील. आवाज फार मोठा असणार नाही. त्यावेळी व्यक्त होणारे काव्य प्रामुख्याने भक्तीचे असते किंवा आध्यात्मिक. जीवनातली भीती व त्यासाठी ईश्वराजवळ 'आजचा दिवस तारून ने' इ. मागण्यांसारखी असणार. यासाठी आवाजाचा लगाव आक्रमक असणार नाही. आवाज सौम्य, गंभीर असणार.

जात्यावर धान्य दळले जात आहे. (कुटले जात नाही आहे.) म्हणजेच जाते, त्याची एकसंध घरघर, त्या घरघरीचा गोलाकार आवाज, त्या आवाजाची एकसंधता याचा संदर्भ गाण्यात निश्चित येईल. जात्याच्या घरघरीचा आवाज बऱ्यापैकी मोठा असतो. त्यामुळे त्या सुरात सूर मिसळविला जाईलच. त्या पट्टीशिवाय दुसऱ्या पट्टीत गाणे जड जाईल. जात्याच्या आवाजातल्या स्वराचा षड्ज, त्याचा मध्यम असे गाता येईल. मात्र आधारस्वराचा संदर्भ महत्त्वाचा राहील.

धान्य दळताना बसण्याची पद्धत, एक पाय सरळ व दुसऱ्याची मांडी अशी आहे. एक हात दांड्यावर असतो, तर दुसरा त्यात धान्य मुठीने घालत असतो. एकदा गती आली की, हात बदलता येतो; मात्र त्यात सलगता असावी लागते. थोडा पोटावर जोर असतो. त्यामुळे गाताना झटका, खटका, तुकडे असलेल्यापेक्षा सलग, मींडयुक्त, दीर्घ अलंकरणे जास्त सोयीची जातात.

या जात्यावरच्या ओव्यांच्या रूपात अत्यंत श्रेष्ठ काव्य रचले गेले आहे. स्त्रियांचे सामाजिक, कौटुंबिक स्थान याबाबत महत्त्वाचा प्रकाश जात्यावरच्या ओव्यांच्या गायनातून दिसतो. पहाटे गायल्या जाणाऱ्या या लोकगीतप्रकाराला कलाकार व श्रोता असा संबंध अर्थातच नाही.

काही लोकगीते एकल (solo) आहेत, तर काही सामूहिक आहेत.

लोकगीते सामूहिक गाताना सगळे एकत्रित गातात, तर काहींमध्ये आळीपाळीने एकेकटे गातात व धृवपदाला सगळे एकत्रित गातात. उदा. लग्नातली गाणी.

काही लोकगीते संपूर्णपणे एकल असतात. उदा. जात्यावरच्या ओव्या. तर काही लोकगीते एकाच्या पुढाकाराने गाऊन इतरांचा कोरस घेतला जातो. उदा. भारूड.

काही लोकगीतांचे स्वरूप सादरकर्ता व प्रेक्षक/श्रोता असे असते. उदा. लावणी. तर काही लोकगीतांमध्ये सर्व उपस्थित सामील असतात. उदा. आरती.

काही लोकगीते नृत्याबरोबर गायली जातात, तर काहींबरोबर नृत्य नसते. काही लोकगीतात नृत्य इतके प्रभावी असते की, त्याचे शब्द मागे पडून केवळ ठेकाच प्रभावी ठरतो. शब्द मागे पडतात, स्वरही मागे पडतात, वाद्येही मागे पडतात, केवळ तालवाद्ये व त्यावरील ठेका एवढ्यावर हे लोकगीत ओळखले जाते.

लोकगीतांनाच 'गाथा' हा शब्द वापरला जातो. बधावा, विवाह गीते, होळी गीते, सोहर (पुत्रजन्माचे गीत), गाली, आचरिया (भजन) असे लोकगीताचे रूढ प्रकार आहेत. वसंत (ऋतुगीत), हिंडोला (झूलागीत), चांचर (फागगीत), साखी (शिक्षाप्रद गीत), बेली (उद्‌बोधन गीत), बिरहुली असे लोकगीताचे प्रकारही सांगितले जातात.[८]

गीतगुण केंद्रस्थानी ठेवून लोकसंगीताचे गट केलेले दिसतात. वाङ्‌मय-कोषात ध्वनि-परिणामांवर विसंबलेला, नाट्यात्म, नृत्यात्म, क्रीडागीते, श्रमगीते, संस्कारगीते, गायनगुणी असे गट सांगितले आहेत.[९]

स्त्रियांचे व पुरुषांचे लोकसंगीत व त्यांची लोकगीते वेगवेगळीही असतात. एकूणच स्त्रीसुलभ कोमलता व पुरुषसुलभ राकटपणा यांचे प्रतिबिंब लोकसंगीतात दिसते. अर्थातच हा नियम नाही. सामान्यपणे स्त्रियांची गाणी मध्य व तार सप्तकात असतात. पुरुषांची गाणी मंद्र व मध्य सप्तकात असतात. जेव्हा स्त्रिया व पुरुष एकत्र गातात, तेव्हा स्त्रिया पुरुषांच्या मध्यमात वरच्या सप्तकात गातात किंवा म्हणजेच पुरुष स्त्रियांच्या पंचमात खालच्या सप्तकात गातात. काळी चार व काळी एक हा षडज मध्यम संवाद यात दिसतो. लोकगीतांमधून धुनउगम राग निर्माण होताना या वस्तुस्थितीचा वाटा महत्त्वपूर्ण असतो.

स्त्रियांची गाणी सामान्यपणे स्वरप्रधान असतात, तर पुरुषांची ताल/लयप्रधान असतात. कित्येकदा तर स्त्रियांच्या गीतांना तालवाद्ये वापरलीही जात नाहीत. पुरुषांच्या गीतांमध्ये मोठे ढोल, नगारे, इ.चा उपयोग केला असतो. पुरुषांच्या लोकगीतांमध्ये ताल, लयीशी क्रीडा, द्रुत लय, तालाची स्पष्ट आकृती असणारे ताल यांचा अंतर्भाव असतो. त्यांच्या नृत्यामध्येही हे स्पष्ट होते.

कित्येकदा पुरुषांची लोकनृत्ये केवळ तालवाद्यांच्या साहाय्याने एखाद्या माफक लहरावजा स्वरसंगतीच्या आधारे होतात.

पाश्चिमात्य संगीताच्या संदर्भात संगीताचे पुढीलप्रमाणे ६ प्रकार मानले जातात. आदिम, लोक, लोकप्रिय, भक्ती, कलासंगीत, दरबारी. (Primi-tive, folk, popular, devotional, art, conference) पाश्चिमात्य संगीताच्या संदर्भात २० व्या शतकात १९६० च्या सुमारास झालेल्या दुसऱ्या folk revival चा मोठा संदर्भ दिला जातो.

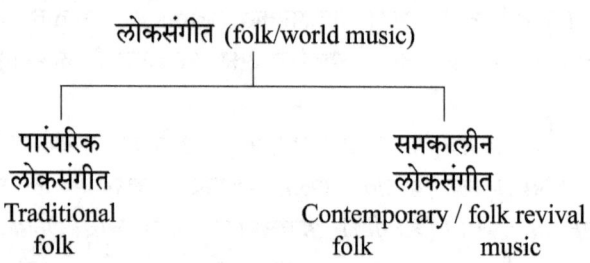

लोकसंगीत (folk/world music)

- पारंपरिक लोकसंगीत
Traditional folk
- समकालीन लोकसंगीत
Contemporary / folk revival folk music

डॉ. अशोक रानडे यांनी चार संगीतकोटी मानल्या आहेत. आदिम वा आदिवासीयांचे संगीत, लोकसंगीत, कला वा शास्त्रोक्त संगीत आणि जनप्रिय संगीत असे प्रकार झालेले दिसतात.[१०]

पं. रविशंकर यांनी लोकसंगीताबद्दल पुढील विचार व्यक्त केलेले आहेत –

१) *ज्यांचे मूळ रागांमध्ये आहे व ज्यांचे मूळ सूत्र भक्तीरसात आहे, अशा लोकगीतांचा एक वर्ग मानला आहे. हरिकथा, रामायणातील कथाभाग अशी लोकगीते विशिष्ट रागात बांधलेली दिसतात. यामध्ये पिलु, दुर्गा, काफी, भैरवी, गौरी कालिंगडा अशा रागांचा उपयोग होतो. महाराष्ट्र व दक्षिण भारतातील लोकगीते मुख्यत: अशी असतात.*

२) *दुसऱ्या प्रकारात विविध प्रसंगी गावात गायलेल्या गीतांचा समावेश केला आहे. ही लोकगीते रागांवर आधारित असतात. पण त्याचे अनुयायी (बांधील) नसतात. ही लोकगीते साधारणत: पहाडी, सारंग, पिलु, झिंझोटी या रागांवर आधारित असतात. हिमाचल, गढवालच्या डोंगरी भागांमध्ये ही गीते गायली जातात.*

३) *तिसऱ्या प्रकारात गौड, भील, संथाल, नागा, मारिया इ. आदिवासींची लोकगीते समाविष्ट आहेत. यामध्ये विविध रागांची अशुद्ध मिश्रणे असतात. दुर्गा–भूपाळी ते त्यांच्या ढंगानी गातात. यामध्ये ज्या श्रुती लागतात, त्यांची*

आम्हाला सवय नसते. ज्या श्रुती माऊथ ऑर्गन, हार्मोनियममधून निघतात, तेवढ्या १२ श्रुतींचीच आमच्या कानांना सवय उरली आहे. म्हणून ते स्वर आम्हाला बेसूर वाटतात. मात्र हिंदुस्थानी शास्त्रीय संगीतकार – ज्यांना हे भेद माहीत आहेत, ज्यांना २२ श्रुतींचा उपयोग माहीत आहे, ते मात्र अशी स्वरस्थाने ऐकून आश्चर्यचकित होतात. साधे विद्याहीन आदिवासी एकच ओळ पुन्हापुन्हा गाताना असे स्वर लावतात की, ते ऐकता-ऐकता एक धुंदी चढते. परंतु अशी लोकगीते त्या वातावरणात ऐकायला हवीत.[११] लोकसंगीताची ही बलस्थाने आहेत.

लोकसंगीत व इतर गायनशैली यांचा संबंध

शास्त्रीय, उपशास्त्रीय, सुगम, लोकसंगीत असे संगीताचे वर्गीकरण केले जाते. (Classical, semiclassical, light/popular, folk) हे वर्गीकरण केव्हापासून आहे, याचा अधिक विचार आवश्यक वाटतो. हिंदुस्थानी संगीताचे प्राचीन काळी मार्गी व देशी असे प्रकार होते. मार्गी म्हणजे अध्यात्ममार्गाचे अपौरुषेय संगीत, तर देशी म्हणजे परिवर्तनशील मनोरंजनासाठीचे संगीत असे वर्गीकरण केले जाई. स्वर्गातील गंधर्वांनी गायलेले अनादि संगीत म्हणजे गांधर्व व संगीतपंडितांनी गायलेले म्हणजे गान असे वर्गीकरण सापडते.[१२] मात्र शास्त्रीय व लोकसंगीत असे विभाजन हिंदुस्थानी संगीताच्या प्राचीन इतिहासात नाही.

हिंदुस्थानी संस्कृतीत जन्मापासून तर मृत्यूपर्यंत सर्व प्रसंगी संगीत गायले जाते. ते सकाळच्या भूपाळीपासून तर रात्रीच्या अंगाईपर्यंत संगीताशी जुळलेले आहे. ऋतूंचे, सणांचे उत्सव संगीताच्या साहचर्याने साजरे केले जातात. मंगलप्रसंगी व शोकप्रसंगी संगीताचे सान्निध्य असते. मात्र यापेक्षा शास्त्रीय संगीत सर्वस्वी वेगळे असते. त्याचा हेतू वेगळा असतो. विविध प्रसंगी गायले जाणारे संगीत, विविध ऋतू, सण इ. वर आधारित काव्य असलेले सुगम संगीत यापेक्षा शास्त्रीय संगीत अनेक अर्थांनी वेगळे आहे. शास्त्रीय संगीतात संगीत महत्त्वाचे असते, तर इतर संगीतात काव्य महत्त्वाचे असते. संगीताच्या साहचर्याने काव्य गायले जाते, काव्याच्या अभिव्यक्तीचे माध्यम म्हणून संगीत वापरले जाते. येथे

संगीत एक उपयोजित कला बनलेली असते. संगीत हा हेतू नसून संगीत हे माध्यम असते, साधन असते. शास्त्रीय संगीतात मात्र संगीत हाच हेतू असतो.

संगीताचा उपयोग वैद्यकीय क्षेत्रातही उपचार म्हणून केला जातो. मानसिक ताणांचे नियोजन करण्यासाठीही संगीत वापरले जाते. हे कितपत खरे आहे अथवा उपयुक्त आहे, हा स्वतंत्र मुद्दा असला; तरीही हे संगीतही उपयोजित कला ठरते.

पाश्चात्त्यांच्या classical चा अर्थ शास्त्रीय व folk चा अर्थ लोक असा करून पाश्चिमात्य संस्कृतीच्या प्रभावामुळे असे वर्गीकरण केले जाते, असेही मत सापडते. ते म्हणतात, 'युरोप, भारत व अन्य काही देश वगळता अन्य सर्व देशात जवळजवळ सर्वत्र लोकसंगीत गायनाचीच प्रथा आहे. शास्त्रीय संगीताच्या नावाची तिथे प्रणालीच नाही, भारतीय संगीताची व्यवस्था वर्णअवस्थेवर आधारित आहे. प्राचीन गाथा देव-असुरांवर आधारित आहे.' ते स्पष्टपणे म्हणतात, 'आमच्या देशात सुरुवातीपासूनच संगीताच्या दोन प्रणाली आहेत, १) शास्त्रीय गायन २) लोकसंगीत या व्यवस्थांचा आधार पुन्हा भारतीय वर्णव्यवस्थाच आहे.[१३]

पद्मश्री देविलाल सामर यांनीही काहीसे समान मत व्यक्त केले आहे.

भारतीय संगीतव्यवस्था वर्णव्यवस्थेवर आधारित आहे; त्यामुळे इथे शास्त्रीय व लोकसंगीत असे वर्गीकरण आहे; अन्यथा अनेक देशांत फक्त लोकसंगीतच गायले जाते - असे मत श्री. सुनील कुमार यांनी पन्नास वर्षांपूर्वी व्यक्त केले आहे. ते म्हणतात, ''*ज्या जातींचा सामाजिक, सांस्कृतिक स्तर समान असतो, त्यांच्यातच अंतर्क्रिया घडतात. तिथे जनसामान्यांचा भावात्मक स्तरही उंच असतो. त्यामुळे शास्त्रीय संगीत समजणे त्यांच्यासाठी तितकेसे कठीण नसते. अशाच स्थितीत लोक व शास्त्र एकमेकांच्या निकट येतात. युरोपात लोक व शास्त्रीय शैलींमध्ये जास्त फरक नाही, याचे रहस्य हेच आहे. दक्षिण भारतात सांस्कृतिक विषमता फार नाही, त्यामुळे तिथे शास्त्र व लोक यामध्ये फारसे अंतर नाही. उत्तर भारतात सांस्कृतिक विषमता अधिक आहे. म्हणून शास्त्र व लोक यातली दरीदेखील रुंद आहे.*''[१४]

हिंदुस्थानी संगीतात अनेक गायनशैली आहेत. धृपद, ख्याल, टप्पा, ठुमरी, दादरा, कजरी, चैती, होरी, नाट्यगीत, चित्रपटगीते, भजन, कव्वाली, लोकगीते अशा अनेक शैली आहेत. श्रोते या शैली मुक्तपणे ऐकून आनंद घेत असतात. कलाकारही स्वत: गात असलेल्या शैलीव्यतिरिक्त अन्य शैलींचे गायन ऐकत असतात. स्वत:च्या गायनात एकाच वेळी अनेक शैलींचे संस्कार करून घेत असतात. त्यामुळे या शैलींचे परस्परांवर प्रभाव पडणे स्वाभाविक आहे.

हिंदुस्थानी संगीतावर परकीयांचे प्रभाव ही गोष्ट संगीतक्षेत्राला नवी नाही. अनेक मुस्लिम राज्यकर्त्यांनी हिंदुस्थानावर आक्रमणे केली, त्यावेळी संगीतक्षेत्रावरही आपल्या आक्रमणांचे ठसे उमटवलेले दिसतात. या आक्रमणांमुळे संगीतक्षेत्राचे दरवेळी नुकसानच होत गेले, असेही नाही. उलट 'उस्तादी' गायकीमुळे इथले संगीत अधिक बहरलेले दिसते. शतकांपूर्वी धृपद ही हिंदुस्थानातली मूळ शास्त्रीय गायनशैली होती. तर आज शास्त्रीय गायन-शैली म्हणून ख्यालगायकी लोकप्रिय आहे. धृपदाकडून ख्यालाकडे झालेला शास्त्रीय संगीताचा प्रवास हा काही प्रमाणात परकीय आक्रमणांचा परिणाम आहे, असे इतिहास सांगतो. मूळच्या हिंदुस्थानी शास्त्रीय संगीतावर म्हणजे त्याकाळी प्रचलित असलेल्या धृपद गायकीवर परकीय असलेल्या सादरा आणि कव्वाली या गायकींचा प्रभाव पडून त्यातून जी ख्याल-गायकी उत्पन्न झाली, तीच आज सर्वाधिक लोकप्रिय शास्त्रीय गायनशैली बनलेली आहे. या मताला ठोस पुरावे आहेत.

अमीर खुसरो या महान फारसी संगीतज्ञाने त्याकाळी प्रचलित असलेल्या संगीतात अत्यंत महत्त्वाची भर टाकली. अमीर खुसरोचे योगदान हिंदुस्थानी संगीताला कलाटणी देणारे ठरले. त्या काळच्या संगीतात अंतर्बाह्य भर टाकताना अमीर खुसरोने अनेक राग, ताल, वाद्ये, गीतप्रकार यांचा समावेश केला. त्यामुळे तेव्हाचे प्रचलित संगीत एका नव्या रूपात समोर आले, याचे कृतज्ञ उल्लेख संगीताच्या इतिहासात सापडतात.

गेल्या शतकातील वैज्ञानिक क्रांतीमुळे विविध प्रकारचे संगीत सहज उपलब्ध झाले आहे. काही शतकांपूर्वी हिंदुस्थानात आलेल्या युरोपीय संस्कृतीतल्या संगीताशीही मेळ करून रीमिक्स व फ्यूजन संगीत बनविण्याची प्रयोगशीलता आता आहे. त्यामुळे सर्व प्रकारच्या संगीताची सरमिसळ होण्यासाठी अनुकूल वातावरण आहे.

लोकगीतांच्या आधारावर दादरा या गीतप्रकाराच्या अनेक बंदिशी आहेत. चित्रपट संगीतात तर अनेक नृत्यांसाठी लोकनृत्ये वापरली आहेत. लोकधुना आधाराला घेऊन संगीत दिले आहे. कीर्तन परंपरांमधल्या कित्येक चाली भजन-अभंगांमध्ये प्रतिबिंबित होतात. छंद-वृत्तांच्या परंपरागत चाली जोपासल्या जातात. नाट्यसंगीताने ओवी ते शास्त्रीय संगीतातल्या बंदिशीं-पर्यंतचे बाज वापरले आहेत. महाराष्ट्रातील नाट्यसंगीताचे स्वरूप तर अतिशय वैशिष्ट्यपूर्ण आहे. नाट्यसंगीताची गायनशैली पद्धती विशिष्ट आहे. नाट्यसंगीताने ख्याल, ठुमरी, दादरा, कव्वालीपासून तर फटका, ओवीपर्यंत सर्व बाज वापरले, सर्वांचे

रंग आपलेसे केले असले; तरी 'रंगुनी रंगात साऱ्या रंग माझा वेगळा' या उक्तीप्रमाणे स्वतःचे वैशिष्ट्य त्यात राखले. म्हणूनच ख्यालावर आधारित नाट्यपद गाताना त्याचा ख्याल होणार नाही, हे भान राखावे लागते. भावगीताची ढब स्वीकारताना नाट्यगीताला स्वतःचा आब राखावा लागतो. लावणीवर आधारित नाट्यगीत शृंगार बाजूला सारून कारुण्य आणू शकले. लोकगीताचे कितीतरी प्रकार नाट्यसंगीतात आहेत. लोकसंगीताच्या प्रभावाने सर्व संगीतशैली बहरल्या आहेत. विविध गायनशैलींच्या परस्परसंबंधांचे अतिशय निकोप चित्र हिंदुस्थानी संगीतात बघायला मिळते.

लोकसंगीत व शास्त्रीय संगीत एवढ्या दोन शैलींचा विचार केला, तरी परस्पर आदानप्रदानाचे चित्र स्पष्ट दिसते. अतिशय कोटेकोर नियमबद्ध धृपद गायनशैली पूर्वी शास्त्रीय संगीत म्हणून ओळखली जाई. धृपद ते ख्याल या स्थित्यंतराचा प्रवास आदानप्रदानाचे अनुकूल चित्र स्पष्ट करते. अस्सल शास्त्रीय धृपद गायनातल्या कडक अनावश्यक नियम नाकारण्याकडे कल होणे, कव्वाली-सादरा यासारख्या आजूबाजूच्या आकर्षक संगीतप्रकारांचा कळत-नकळत समावेश करणे, त्यामध्ये परस्पर आदानप्रदान घडणे – यामुळे मूळ धृपद शैली बदलली. तिला लंगडा किंवा मुंडा धृपद असे म्हटले जाऊ लागले. पुढे यातूनच ख्यालाची उत्पत्ती झाली. धृपदगायनशैली व कव्वाली यांच्या मिश्रणाने ख्यालशैली उदयाला आली, हा इतिहास याला समांतर आहे. शास्त्रीय व लोकसंगीताचा तो मेळ आहे.

शास्त्रीय संगीतात अनेक ताल आहेत. आठ, सहा मात्रांच्या तालांचे अनेक विविध ठेके बनवून ते लोकसंगीतात वापरले जातात. सम, आवर्तन, तालाचे बोल, खंड ह्या तालाशी निगडित संकल्पना हे हिंदुस्थानी संगीताचे वैशिष्ट्य सर्वच शैलींमध्ये दिसते.

शास्त्रीय संगीतावरील लोकसंगीताचा हा प्रभाव विविध अंगांनी, विविध दृष्टींनी झाला आहे. लोकसंगीताच्या गायकांची एक स्वरलगावाची वैशिष्ट्यपूर्ण पद्धत असते. स्वरांचे व शब्दांचे उच्चार विशिष्ट तऱ्हेने केले जातात. या वैशिष्ट्यपूर्ण स्वरलगावाबाबत लोकसंगीताचे ज्येष्ठ अभ्यासक श्री. देवीलाल सामर यांनी पुढील मत मांडले आहे – *''गीताचा प्रभाव गायकीच्या वैशिष्ट्यामुळे होतो. हे वैशिष्ट्य गायकाच्या गळ्यात असते, स्वररचनेत नाही. म्हणून एक लोकगायकच ते व्यक्त करू शकतो, अन्य कोणताही गायक नव्हे. इतर गायकांनी कितीही प्रयत्न केले, तरी लोकगीत खऱ्या अर्थाने लोकगीत गायकाच्या गळ्यालाच शोभते. जेव्हा लोकगीत एखाद्या लोकपक्षविहीन कंठात उतरते, तेव्हा त्यातली*

ध्वनीगत विशेषता संपते. हे वैशिष्ट्य गीताचा राग, तान, आलाप, स्वरांचे तोड-मरोड यांत नसते. गायकाच्या कंठात कितीही गोडवा असला, कितीही लालित्य असले, तो संगीतविद्येत कितीही पारंगत असला; तरी तो हे वैशिष्ट्य व्यक्त करू शकत नाही.''

तेच स्वर, त्याच स्वरसंगती परंतु उच्चारवैशिष्ट्यामुळे त्या वेगवेगळ्या भासतात; मांडणीच्या फरकामुळे शैली वेगवेगळ्या भासतात. याबद्दल ते लिहितात –

''लोकगीतातही स्वर, राग, ध्वनी, ताल इ. सांगीतिक तत्त्वे असतातच. शास्त्रीय संगीतात जे मुद्दाम, जाणीवपूर्वक केले असते; ते लोकसंगीतातून अतिशय सहजतेने होते. ज्या सांगीतिक तत्त्वांना शास्त्रीय संगीताच्या संज्ञांची नावे आहेत अशी कितीतरी तत्त्वे लोकसंगीतातही असतात आणि या तत्त्वांचा कलात्मक उत्कर्षही लोकसंगीतात दिसतो.''[१५] लोकसंगीतात हे आपोआप, सहज, नकळत येते. ही सहजता अभ्यासून त्याचा शास्त्रीय संगीतात जाणीवपूर्वक समावेश करून घेणे, त्याची जोपासना व विकास करणे घडत असते.

लोकसंगीत व शास्त्रीय संगीत यांच्या परस्पर आदानप्रदानाबाबत डॉ. अशोक रानडे यांनी आरोही संस्करण व अवरोही अपभ्रंशाची संकल्पना मांडली आहे. लोकसंगीतावर संस्करणे करून त्यापासून राग बनवणे हे आरोही संस्करण आहे, तर शास्त्रीय संगीत जसे जेवढे जमेल तेवढे आत्मसात करून लोकसंगीतात त्याची छाया दिसणे हा अवरोही अपभ्रंश – अशी त्यामागची मूळ संकल्पना आहे.[१६]

याच संदर्भात माझे गुरू पं. चंद्रशेखर रेळे म्हणतात, ''रागाच्या निर्मितीस व प्रस्तुतीस कोणती कारणे, कोणते मत कारणीभूत ठरते, याचा विचार करणे इष्ट असते व तसे करताना त्या रागस्वरांचे चलन कसे आहे, हे सूक्ष्म रीतीने तपासणे जरूर आहे. ही क्रिया चालू असताना त्या रागाचे काही निवडक स्वरपुंज, काही सुस्पष्ट विचारातून साकारले आहेत किंवा ते स्वरपुंज एकत्र येण्यामागे लोकधुनांचे बीज लपून बसले आहे किंवा त्याहीपुढे जाऊन या स्वरपुंजाचे बीज कोणत्या शब्दांकन झालेल्या लोकसंगीतातील स्वरांतून अंधुक, अस्पष्ट अवस्थेत आपल्या दृष्टीसमोर आल्याचा सुगावा लागत आहे – याचा सूक्ष्म अभ्यास होणे अटळ आहे.''[१७]

सुगम संगीत, चित्रपट संगीत या क्षेत्रातील अनेक मान्यवरांनी लोक-धुनेच्या आधारे गीताला संगीत दिले आहे. हिंदी, मराठी व इतर भाषांमधील अनेक चित्रपटांमध्ये पार्श्वसंगीतात लोकसंगीताचा वापर केलेला आहे. शंकर-जयकिशन यांचे या संदर्भातले कार्य अजोड आहे. अजय-अतुल जोडीने मराठी

चित्रपटसृष्टीत लोकसंगीताच्या प्रभावाने अनेक चाली रचल्या. मराठी चित्रपट, भावगीत क्षेत्रात या संदर्भात पं. हृदयनाथ मंगेशकर यांनी महत्त्वाचे कार्य केले आहे. सध्याच्या हिंदी चित्रपटसृष्टीत पंजाबी, राजस्थानी व इतर भाषांमधील लोकगीतांचा उपयोग स्पष्ट दिसतो आहे.

एखाद्या गीतावरून एखाद्या रागाची निर्मिती हा संगीतात रूढ प्रकार नाही. मात्र ज्येष्ठ बंदिशकार श्री. शंकर अभ्यंकर यांनी पं. हृदयनाथ मंगेशकर/सुरेश भट/आशा भोसले यांच्या 'मालवून टाक दीप' या गीतावर आधारित 'प्रतीक्षा' राग बनवला व त्याचा स्पष्ट उल्लेख त्यांच्या 'आराधना' या पुस्तकातही केला. [१८]

उ. बडे गुलाम अली खाँ यांचे याबद्दलचे विचार मननीय आहेत –

''निसर्गाने आम्हाला सहा मूळ थाट दिले आहेत'', असे सांगून सारेगमपध या शुद्ध स्वरांना षड्ज कल्पून मूर्च्छना प्रयोगाप्रमाणे त्यांनी अनुक्रमे बिलावल, काफी, भैरव, मालकंस, झिंझोटी, जौनपुरी या सप्तकांची कल्पना मांडली आहे. निषादाला सा मानल्याने येणाऱ्या सप्तकात पंचम वर्ज्य होतो व दोन्ही मध्यम येतात, हे स्पष्ट करून त्यांनी तो निषिद्ध मानला आहे. [१९]

लोकधुनांच्या आधारे रागांची निर्मिती करण्याची प्रक्रिया ज्याला परंपरागत म्हटले जाते अशा रागांबाबतही झाली आहे. यात काही ठिकाणी रागशुद्धता दिसते, तर काही ठिकाणी रागहानी दिसते. रागहानी झाली असली, तरी सौंदर्यहानी नसते. शास्त्रीय परिचय देताना काही रागांबाबत 'क्षुद्र प्रकृतीचे' राग असा शब्द वापरलेला दिसतो. ज्या रागांमध्ये ठुमरी-दादरे गातात, अशा रागांना क्षुद्र प्रकृतीचे राग असे म्हटले जाते. या रागाची ठेवण मींडप्रधान नसते, मुरकीप्रधान असते. पीलु, पहाडी, मांड, गारा या रागांना पारंपरिक धुनउगम राग म्हणता येईल. पूर्वांगात अथवा तीनचार स्वरांमध्येच मुख्यत: विस्तार होत असल्यामुळे कित्येकदा हे राग मध्यमाला सा मानून म्हणजे मध्यम ग्रामात गायले जातात. गारा हा राग तर षड्जापासून, मध्यमापासून, पंचमापासून अशा तीन प्रकारे गायला जातो.

पीलु रागाबद्दल चर्चा करताना पं. भातखंडे म्हणतात, ''पीलु रागाला आम्ही राग न म्हणता एक धुन आहे असे समजतो, असे माझे गुरुजी म्हणत. पीलुला राग म्हणताना सारेच मोठे गायक अंमळ नाक मुरडतात. आपण पीलुला खुशाल राग मानू. हा प्रकार जर इतका लोकप्रिय झालेला आहे, त्याला ओळखण्याजोगे स्वरूप आहे व जर तो सर्वत्र रंजक व लोकप्रिय आहे; तर 'रंजयतीति राग:' या आधाराने आपण त्याला रागत्व जरूर देऊ.'' [२०]

धुनउगम रागांच्या संदर्भात पं. कुमारगंधर्व यांचे कार्य

लोकसंगीत व शास्त्रीय संगीत यातील परस्परसंबंधाबाबत पं. कुमार गंधर्व यांचे कार्य अजोड आहे. त्यांच्या कार्यामुळे शास्त्रीय संगीताच्या उत्पत्तीचा एक स्रोत म्हणून वर्तमानकाळात लोकसंगीताचे स्थान अधोरेखित झाले आहे.

राग निर्माण केले जात नाहीत. ते निर्माण होतात. ते लोकधुनांमध्ये लपलेले असतात. ते शोधून पकडून प्रकट केले जाते, तेव्हा त्यातील शास्त्रीय पक्ष पुढे येतो - असे सांगताना त्यांनी पुढील विचार मांडले आहेत -

''जशा लोकभाषा आपोआप (स्वयं) बनल्या आहेत, तशा लोकधुनाही बनत गेल्या व बनत जातील. याच लोकधुनांमधून शास्त्रीय रागांचा विकास झाला आहे. परंतु राग कसे बनले, हा प्रश्न संगीताचार्यांना सदैव भेडसावतो. त्यांनी नवे राग बनवण्याचा प्रयत्न केला, परंतु हा प्रयत्न केवळ प्रचलित रागांच्या मिश्रणाने बनवलेले जोड व मिश्र राग एवढ्यावरच सीमित राहिला. प्रचलित रागातून एखादा स्वर काढून त्याऐवजी वर्ज्य स्वरातील एखादा टाकून नवे राग बनत नाहीत. पूर्णपणे नवा राग बनवणे बहुधा त्यांना असंभव वाटले असावे. जर आधुनिक युगात संगीतज्ञ नवे राग निर्माण करू शकत नाहीत, तर पूर्वजांनी ते कसे बनवले असतील ? हा प्रश्न माझ्या मनात नेहमी यायचा. लहानपणी मला वाटायचे की, राग बनवले जातात; परंतु अनुभवाने मी अशा निष्कर्षाप्रत पोचलो आहे की, राग बनवले*

जात नाहीत, बनतात. लोकधुनां-मध्ये राग दडलेला असतो. तो पकडून जेव्हा आम्ही प्रकट करतो तेव्हा त्यातील शास्त्रीय पक्ष पुढे येतो.

"लोकधुना निसर्गनिर्मित आहेत, म्हणून निसर्गाप्रमाणे त्या पूर्ण आहेत. त्यात कोणता-ना-कोणता राग नक्की असतो. त्यासाठी दृष्टी हवी. रागाचे मूळ स्वर ओळखून त्यांना पूर्णत्व दिले की, शास्त्रीय दृष्टीने रागाचे स्वरूप उजळून निघते. शास्त्रीय राग हे लोकधुनांमध्ये लपलेल्या रागांची विकसित रूपे आहेत.

"लोकधुन निसर्ग-पूर्ण आहे, पण ती सीमित आहे; म्हणून त्यात प्रगती होत नाही. तिच्या सीमित असण्याचे कारण हेच आहे की, ती स्वयं-निर्मित आहे. संशोधन करताना मला अनेक प्रचलित लहान-मोठ्या रागांच्या लोकधुना सापडल्या आहेत. त्यात शास्त्रीयता जाणवते. नवीन रागांची निर्मिती करता येईल, अशा काही नवीन धुनाही मला सापडल्या आहेत. म्हणूनच लोकधुना गोळा करण्याबरोबरच त्या आधारे पुढे निर्मिती करण्याचाही आमचा दृष्टिकोन असायला हवा." [२१]

पं. कुमारगंधर्व यांनी माळवा प्रांतातील लोकधुनांचा अभ्यास केला व साधारणपणे १९५२ ते १९६४ या काळात ११ धुनउगम रागांची निर्मिती केली. त्यांच्या या रागांची ध्वनिमुद्रणे प्रथम रेकॉर्ड, त्यानंतर कॅसेट्समधून प्रकाशित झाली. आता ती सीडी व डिजिटल माध्यमातूनही उपलब्ध आहेत. या ध्वनि-मुद्रणांमधून या धुनउगम रागांचा एक स्वतंत्र सिद्ध राग म्हणून श्रोत्यांनी अनुभव घेतला आहे. 'अनूपरागविलास भाग १' मधून त्यांचे हे कार्य पुस्तकरूपाने १९६५ मध्ये आणि 'भाग २' मधून १९९३ मध्ये प्रकाशित झाले.

पं. वा. ह. देशपांडे ह्यांनी कुमारगंधर्वांच्या या कार्याची माहिती देऊन विश्लेषण केले आहे. त्यातून या धुनउगम रागांच्या जन्माची रूपरेषा स्पष्ट होते. तसेच लोकसंगीतासंदर्भात संशोधन कार्याची गरज, त्याचे स्वरूप व महत्त्व स्पष्ट होते. ते लिहितात, *'लोकगीत आमच्या रागसंगीताचे आधारभूत तत्त्व आहे. विभिन्न लोकसंगीतांच्या विभिन्न धुनांमधूनच नवे राग जन्माला येतात. अहिरि, मालवी, भटियारी, मुलतानी, सोरठ, बिहारी इत्यादी रागरूपे त्या विभिन्न क्षेत्रांमधील म्हणजे अहिरी, माळवा, बंगाल, सिंध, पंजाब, सौराष्ट्र, बिहार या प्रदेशातील मूळ लोकगीतेच आहेत. निश्चितच या रागरूपांचे निर्माण गायकांनी मूर्च्छना, वादी-संवादी व वर्ज्यावर्ज्य आदि सिद्धांतांनुसार केले. परंतु हे सगळे जेव्हा संगीत विकसित होऊ लागले, तेव्हा घडले. रागांचे जन्मस्थान अथवा बीज या लोकगीतांमध्येच सापडते. हिंदुस्थानातील विभिन्न सांस्कृतिक प्रदेशांचे संगीत*

जणू रागरूपांची खाण आहे.

'कुमारजींना या लोकगीतांच्या अन्वेषणातून नवी रागरूपे मिळाली. लोकगीते साधारणत: संपूर्ण सप्तकाची नसतात. अर्ध्या-पाव सप्तकाची जशी ही लोकधुन सापडेल तिच्यावर पुरेसे चिंतन केले की, उरलेले स्वर कसे जोडायचे हे ठरवावे लागते. त्यात रंजकता येऊ शकली आहे अथवा नाही, त्यात रागत्व आहे की नाही, मैफिलीत सादर करण्याच्या पात्रतेचे आहे की नाही – ह्या सर्व नंतरच्या गोष्टी आहेत. मैफिलीच्या कसोटीवर घासल्यावर त्यांचे वादी-संवादी, वर्ज्यावर्ज्य, कायदे आपोआप उकलत जातात.' [२२]

पं. कुमारगंधर्व यांनी माळवा प्रांतातील लोकधुनांवर आधारित सहेलीतोडी, निंदियारी, मालवती, राही, संजारी, मधवा, बिहड भैरव, भवमत भैरव, लगनगांधार, मधसूरजा, अहिमोहिनी हे राग 'अनूपरागविलास' या पुस्तकात समाविष्ट केले आहेत. रागातले कोमल तीव्र स्वर, वर्ज्यस्वर, वादीसंवादी, न्यास, समय, आरोहावरोह या पद्धतीने रागाची माहिती दिली आहे. याव्यतिरिक्त 'रागात्मा' म्हणून लोकधुनेचे रागात परिवर्तित होण्यासाठीचे महत्त्वाचे स्वर दिले आहेत व रागाची विशेष माहितीही दिली आहे ज्यातून रागाच्या चलनासंबंधी, स्वरस्थानांविषयी माहिती मिळते. रागाचा स्वरविस्तार, त्यातल्या ताना व पुढे बंदिशीही दिल्या आहेत.

उदाहरणादाखल मधसूरजा रागाची माहिती येथे देत आहे. [२३]

राग मधसूरजा

रागनिर्मिती व बंदिशनिर्मिती : पं. कुमारगंधर्व.

या धुनउगम रागात दोन्ही रिषभ, दोन्ही मध्यम आहेत. निषाद कोमल आहे. पंचम अवरोहात वक्र आहे. गांधारधैवत वर्ज्य आहे.

जाति : औडव-औडव। वादी : मध्यम। संवादी : निषाद। न्यास : षड्ज।
गान समय : दिवसा बारा ते दोन पर्यंत.

आरोह-अवरोह-स्वरूप :

१) सा री म प नि सां । सांनि मंम, पम रे सा ।।
२) सा, रीमपनि, पनिसांरींसांनि, मंम, पम^सा रीसाऩि, सारी-, सा।

रागात्मा :

^सा रे - - - सा, रीम प नि^म मं - - - म, री म प म^सा रे - - - सा।।

विशेष : आरोहात रिषभ शुद्ध व मध्यम निषाद कोमल आहेत. कोमल रिषभ व तीव्र मध्यम अवरोहात लागतात. अवरोह थोडा वक्र आहे. तीव्र मध्यम, कोमल मध्यमाच्या आधारे लागताना काहीसा चढा प्रतीत व्हावा, लागावा. तसेच कोमल रिषभही चढा लागणे आवश्यक आहे. या रागाचे स्वरूप घोर भयानक प्रतीत होते. या रागाचे मी केलेले गायन यूट्यूबवर उपलब्ध आहे.[२४]

पं. कुमारगंधर्व ह्यांनी आपल्या विविध मुलाखतींमधून धुन ते राग या प्रक्रियेवर प्रकाश टाकला आहे. बकरीचा बळी देण्यासाठी नेत असताना वाजत असलेल्या लोकधुनेतून 'मधसूरजा' या रागाची निर्मिती झाली, ती प्रक्रिया त्यांनी स्पष्ट केली आहे. नागपंचमीच्या सुमारास सपेरा बीनवर वाजवतात, त्या लोकधुनेच्या आधारे पं. कुमारगंधर्व ह्यांनी अहिमोहिनी हा राग तयार केला. त्यांनी आपल्या मुलाखतीतून मूळ लोकधुन, त्या लोकधुनेचे संस्कारित स्वरूप स्पष्ट केले आहे. ही लोकधुन, त्यात जाणवणारे बीन या वाद्याचे वैशिष्ट्य, त्यातून निघालेले "अखिया नै फेरो री सैंया" या बंदिशीत सतत गुंजणारी धुन त्यांनी आपल्या मुलाखतीत स्पष्ट केली आहे. एखादी लोकधुन व त्याआधारे बंदिश असा प्रवास त्यांनी आपल्या मुलाखतीतून 'हार टूटो नौसर का' या गीताच्या आधारे स्पष्ट केला आहे.[२५]

पं. कुमारगंधर्व यांनी गीत वर्षा, गीत वसंत, गीत हेमंत, ऋतुदर्शन इ. अनेक कार्यक्रम केले. यामधून त्यांनी लोकसंगीताचे प्रभाव स्पष्ट केले. 'मालवा की लोकधुने' या कार्यक्रमात तर लोकधुनाच गायल्या. अर्थात संगीताच्या शास्त्रीय पक्षाशी अनभिज्ञ लोककलाकाराने धुन गाणे व पं. कुमारगंधर्वांसारख्या व्यासंगी कलाकाराने त्या गाणे यात फरक आहे. तरीही लोकधुनांचे स्वर, त्याची शैली प्रकट होते.

याबद्दल कार्यक्रमाच्या प्रास्ताविकात ते म्हणतात – *"रागसंगीत अथवा ज्याला शास्त्रीय संगीत म्हटले जाते, त्या मैफिलीतही तर असेच असते. फरक फक्त एकच आहे. सामान्य रागसंगीतात दिसणारे सौंदर्य शिस्तीच्या चौकटीत सीमित असते व ज्या लोकधुना मी प्रस्तुत करणार आहे, त्यांचे सौंदर्य या चौकटीबाहेरचे आहे. जेव्हा तुम्ही या चोवीस लोकधुना ऐकाल; तेव्हा त्यांचे स्वरबंध, सांगीतिक, त्यांच्या मनोहारी लयप्रकारांचे शास्त्र तुम्हाला रुचेल व सांगीतिक शक्यतांचे एक नवे विश्व तुम्हाला दिसेल, अशी आशा मला आहे."*[२६]

अनूपरागविलासात त्यांनी रागाचे स्वरूप माहिती व बंदिशी दिल्या आहेत. मूळ लोकधुन दिलेली नाही. एका लेखात मात्र मूळ लोकधुनेचे स्वर व त्याचे

रागरूप स्पष्ट केले आहे. हे अतिशय महत्त्वपूर्ण आहे. येथे लेखाचा अनुवादित अंश देत आहे –

झूला गीताची एक लोकधुन

री म म म म प प प प – –। मप म ग री – – प प – –। मप म ग री –, – – –। सा री प म म ग री – –। ^ग^री ^ग^री सा रीगरी – – सा सा,ग। ^ग^री ^ग^री सा रीगरी – – सा सा – –। ^ध^सा सा सा री री म म ग – –। ^ग^री ^ग^री सा रीगरी – – सा सा, ग। ^ग^री ^ग^री सा रीगरी – – सा सा – –।।

सीधा आरोह–अवरोह

सा ग म प, म ध नि सां । सां ध नि प ध म प ग म री ग सा।

राग–युक्त आरोह–अवरोह

सा ग री सा ऩि, सा ग म प, म ध प म प म, म ध नि सां।
सां ध नि प ध, म ध प ध प म ग, म प ग म री ग सा।।

या धुनप्रमाण रागात दोन्ही गांधार, दोन्ही धैवत व दोन्ही निषाद लागतात. आरोहअवरोह स्वरूप वक्र आहे. अवरोह पूर्ण वक्र आहे 'सा ग रे सा ऩि, सा ग म प' या तुकड्याच्या प्रयोगाने ह्या रागाचे अस्तित्व दिसते. शुद्ध गांधार वादी व संवादी शुद्ध धैवत आहे. तीव्र निषादाचा प्रयोग 'ग रे सा ऩि सा' या तुकड्याबरोबर सुंदर वाटतो. परंतु आरोह–अवरोहात त्याचा उपयोग योग्य नाही. वादी गांधार असूनही पंचमावरचा न्यास वैचित्र्य निर्माण करतो. ते अवश्य करावे, त्याने रागहानी होत नाही. या रागाचा गानसमय रात्रीचा आहे, रागात्मा (पकड) या रचनेने स्पष्ट होते.

सा ग री सा ऩि सा ग
म ध प म ग, म री ग सा।[२७]

लोकसंगीतातून धुनउगम रागांची निर्मिती हा पं. कुमारगंधर्वांच्या योगदानातला महत्त्वाचा भाग आहे. रागनिर्मिती हे त्यांच्या सांगीतिक व्यक्तिमत्त्वाचे महत्त्वाचे अंग आहे. पं. कुमारगंधर्व यांची गायकी संपूर्णपणे 'सौंदर्य' या निकषावर आधारलेली आहे, असे मला वाटते. निखळ सौंदर्य हाच निकष. म्हणजे त्या गायकीत परंपरा पाळण्याचा अट्टहास नाही. परंपरा मोडण्याचाही अट्टहास नाही. जुने ते सोने – मानण्याची वृत्ती नाही. जुने जाऊ द्या मरणालागुनी – असेही

मानण्याची ओढ नाही. आपण करीत असलेली प्रत्येक गोष्ट विचारपूर्वक, जाणीवपूर्वक करणे हे त्यांच्या व्यक्तिमत्त्वाचे मूळ आहे. ह्याचे प्रतिबिंब त्यांनी गायलेल्या छोट्या-बड्या ख्यालाच्या गायकीत दिसते, बंदिशींच्या रचनेत दिसते. निर्गुणी भजनात, धुनउगम रागात व इतरही सर्व प्रयोगांमध्येही दिसते. कित्येक गायक आपल्या गाण्यातून घराण्याची मूल्ये दाखवतात, गुरूचे संस्कार दाखवतात, मिळालेली तालीम दाखवतात. घरंदाजपणा जपत कशाचेतरी प्रतिनिधित्व-नायकत्व करीत असतात. कुमारजींच्या गाण्यातून या सगळ्या गोष्टींऐवजी त्यांचे स्वत:चे व्यक्तिमत्त्व दिसत असते. म्हणूनच कुमारगंधर्वांचे गाणे इतरांपेक्षा वेगळे वाटते. पारंपरिक ख्यालगायन शैलीपेक्षा कुमारगंधर्वांची शैली वेगळी आहे, हे अनेक मुद्द्यांवरून दिसते.

१) सामान्यपणे गायक शुद्ध निकोप 'आ'कारात गातात, तर कुमारजी 'आ'काराबरोबरच संपूर्ण बाराखडीत गातात. 'अ'कार, 'इ'कार, 'उ'कार, 'ओं'कार, 'ए'कार अशा सर्व भाषिक स्वरांचा उपयोग त्यांच्या गाण्यात दिसतो. ते अनुनासिकातही गातात. मुखबंदीने गातात. अनुनासिकता कधी 'म'ची, कधी 'न'ची, कधी 'ङ्'ची असते. भाषिक स्वरांचे असे वैविध्य त्यांच्या लगावांमध्ये आढळते.

२) पहिल्या आवर्तनाला चपखल बंदिश गाऊन डौलदार मुखड्याने सम गाठून वाहवा मिळवायची, हे प्रत्येक गायकाचे स्वप्न असते. कुमारजी मात्र पहिल्या आवर्तनाला ख्यालाची बंदिश मांडतीलच असे नाही. स्वर, लय, शब्द हे संगीताचे तीन घटक आहेत. याचेच विकसित रूप राग, ताल, काव्य यातून दिसते. बंदिश सुरू करण्याआधी स्वर/राग या घटकाची प्राथमिक ओळख झालेली असते. मात्र लय/ताल आणि शब्द/काव्य यांची मात्र ओळख झालेली नसते. बंदिशीत स्वर-लय-शब्दांचे चपखल मिश्रण व्हायला हवे असले, तर तिन्हींचा सारखा परिचय असायला हवा. पं. कुमारगंधर्व बड्या ख्यालाची बंदिश मांडतात, तेव्हा असे घडलेले असते. स्वर-शब्द-ताल एका पातळीवर आणून त्यानंतर ते बंदिश मांडतात.

३) छोट्या ख्यालाची कुमारगंधर्वांची गायकी व ठेवण इतरांपेक्षा खूप वेगळी आहे. सतत पूर्णवेळ बंदिशच निनादत राहते. बंदिशीतून बाहेर पडता येत नाही. पडण्याची इच्छाही होत नाही.

४) संगीतावर बोलणारे, संगीतासंबंधी विविध अंगांनी विचार व्यक्त करणारे, समग्र कलांच्या संदर्भात संगीताचाही विचार मांडणारे, मैफिली गाजवणारे

कलाकार मागच्या पिढीत खूप मोजके होते. कुमारगंधर्वांचे हेही वेगळेपण उठून दिसते.

५) लोकसंगीतातील आवाजाचे लगाव वैशिष्ट्यपूर्ण व वैविध्यपूर्ण असतात. स्वरांचे लगाव, त्यांचे उच्चार, त्यांची मांडणी, रखाव, ठहराव याबाबत प्रकर्षाने जाणवावेत इतके वेगळेपण लोकसंगीतात आहे. पुकार, न्यास, हेल, तोड ही वैशिष्ट्यपूर्ण असतात. लोकगीते सामान्यत: बोली भाषेत असतात. बोली भाषांमधले लालित्य, मिठास, लहजा, मृदू वळणे यांचे प्रतिबिंब स्पष्ट असते. पं कुमारगंधर्वांच्या गाण्यात विभिन्न volumes, forces, modulations चे नर्तन आढळते.

स्वरांचा मनाक स्पर्श, स्वर लावणे, तिथे न्यास करणे, रेंगाळणे, मुक्काम करणे या क्रियांचे वैविध्य लोकसंगीताच्या अभ्यासातून येते. स्वरांना स्पर्शणे, कुरवाळणे, ओढणे, ढकलणे, घरंगळणे इ. क्रियांचेही वैविध्य लोकसंगीताच्या अभ्यासाने साधते. पं. कुमारगंधर्वांच्या गाण्यातही अशी विविधता स्पष्ट जाणवते.

कुमारगंधर्वांनी अकरा धुनउगम राग रचले, त्याला पन्नास वर्षे उलटली. १९६५ साली प्रकाशित झालेल्या अनूपरागविलास भाग १ मध्ये त्या रागांच्या बंदिशी आहेत. मात्र अजूनही हे राग हवे तेवढे प्रचलित झाले नाहीत, याचे काय कारण असावे, याचा मी विचार करते; तेव्हा जाणवते की, एखादा धुनउगम राग ऐकताना श्रोत्यांसमोर तो 'एक स्वतंत्र राग' म्हणून उभा रहायला हवा. परंतु गाताना गायकाला मात्र त्याचा धुनउगम स्वभाव माहीत असायला हवा. त्या धुनउगम रागाचे आरोहावरोह, वर्ज्यावर्ज्य, वादीसंवादी एवढी माहिती पुरत नाही. गायकाला त्या धुनउगम रागाची निर्मितीप्रक्रिया कळली; तरच त्या रागाचे स्वरूप, त्याचे वळण, चलन स्पष्ट होईल आणि असे झाले, तरच गायकांमध्ये आणि श्रोत्यांमध्येही हे राग लोकप्रिय होतील. त्यांना भुरळ घालतील.

पं. कुमारगंधर्वांनी गोळा केलेल्या लोकधुना ऐकता आल्या तर उत्तमच. पण अन्यथा एखादी लोकधुन कशी असते, कशी गायली जाते हे तरी माहीत असावे. देस, गारा, पिलु, पहाडी असे परंपरागत धुनउगम राग आपण सगळेच गात असतो. पं. कुमारगंधर्वांचे अहिमोहिनी, बीहडभैरव, मधसूरजा, राही, निंदियारी, सहेली तोडी, भवमत भैरव, लगनगांधार, मधवा, मालवती, संजारी हे सर्व धुनउगम राग मी गेली कित्येक वर्षे ऐकते आहे. मधसूरजा राग मी अनेकदा गायला आहे. त्यांच्या पुस्तकातून व रेकॉर्डिंगमधून बारकाईने अभ्यास केला आहे. त्याचबरोबर धुनउगम रागांपाठीमागची मूळ धुन आणि धुनउगम रागांच्या निर्मितीमागची तत्त्वे

शोधण्याचा प्रयत्न मी करीत असते. पं. कुमारगंधर्वांच्या मुलाखती, त्यांच्याशी संबंधित लोकांशी चर्चा यामधून हे मी शोधीत असते.

लोककलाकारांमध्ये असलेली एक धुंदी मला खुणावते. परंपरापालनाचा खोटा अभिनिवेष व आविर्भाव नसणारे हे कलाकार काळाच्या प्रवाहात लोकरुचीनुसार बदलतात व लोककलेचे प्रवाहित्व कायम ठेवतात, असे मला जाणवले. लोककला आणि शास्त्रीय कला यांच्यात असणारे तानेबाने, त्यांच्यात असलेले ऋणानुबंध मला या कलाकारांमधून जाणवतात. बोली भाषा आणि प्रमाण भाषा यांचा जसा संबंध असावा, तसाच संबंध मला लोकसंगीत आणि शास्त्रीय संगीत यांच्या संदर्भात जाणवतो.

धुनउगम रागांची निर्मितीप्रक्रिया काय असेल, त्यांचे मूळ काय असेल, हे शोधण्यासाठी माळवा प्रांतात फिरून तिथल्या गाव-खेड्यांमध्ये राहणाऱ्या स्त्रियांच्या लोकधुना मी ऐकल्या. त्यांचे स्वरांचे लगाव, स्वरस्थाने, त्यातल्या स्वरांचे दर्जे, शब्दांच्या साहचर्याने केले जाणारे स्वरोच्चार, आवाजाची ठेवण, फेक, त्याची धुंदी मी अनुभवली आहे. या खेड्यातल्या स्त्रियांची देहबोली, त्यांचे हातवारे मी न्याहाळले आहेत. धुनउगम राग गाताना किंवा माळवी भाषेच्या प्रभावातल्या पं. कुमारगंधर्वांच्या बंदिशी गाताना माळव्यातले लोकसंगीत माझ्या डोळ्यापुढे असते.

कुमारगंधर्वांची शैली स्वतंत्र तर आहेच. त्याने घराणेशाही, गुरुशिष्य-परंपरा, कायदे, रीत, नियम, रूढी हादरल्या असतील कदाचित; पण संगीत मात्र हादरले नाही. उलट रूढीपरंपरांच्या बंधनातून ते मुक्त झाले. शास्त्रीय संगीताचे क्षेत्र वर्तमानापेक्षा भूतकाळातच अधिक रमते. नवनिर्मितीपेक्षा परंपरा जपत गतकातरतेत अधिक गुंतत राहते. संगीताचा एक रूढ राजमार्ग आहे. त्या वाटेवरून जाऊन यशस्वी होणारे कलाकार अनेक होते, पण कुमारजी यात अडकून पडले नाहीत. तंत्राचे-शास्त्राचे बंधन आणि अभिव्यक्तीचे स्वातंत्र्य यातल्या द्वंद्वाला धुडकावून लावण्याची इच्छा व पात्रता होती कुमार-गंधर्वांमध्ये. म्हणूनच शास्त्रीय संगीतक्षेत्रात ठळक बनू पाहणाऱ्या रूढींच्या पूर्णविरामाला हादरवून कुमारजींनी त्याचा अर्धविराम बनवला.

आवाजाचे लगाव, व्हॉल्यूम्स, फोर्सेस, फोकस, मॉड्यूलेशन्सचा विचार या कुमारांच्या माझ्यासाठीच्या प्रेरणा आहेत. पं. कुमारगंधर्वांच्या व्यक्तिमत्त्वातून सतत अभ्यास करीत राहण्याची, प्रयोगशील राहण्याची, स्वतःची मते निर्भयपणे मांडण्याची प्रेरणा मला मिळते. शास्त्रीय संगीता- व्यतिरिक्त इतरही गायनशैलींचा

आनंद घेण्याची पात्रता निर्माण होते. संगीताव्यतिरिक्त इतरही कलांचा आनंद घेण्याची इच्छा होते. प्रेरणा मिळते. त्यामुळे संगीतक्षेत्रातील तसेच इतरही कलाक्षेत्रातील विविध घडामोडींना सामोरे जाऊन त्यांचे प्रभाव स्वीकारण्यासाठी मी उत्सुक असते.

पं. कुमारगंधर्वांचा कलाविचार केवळ संगीतक्षेत्रापुरताच मर्यादित नव्हता. साहित्य, स्थापत्य, चित्रकला यामध्ये त्यांना रुची होती. कलेतून कलाकार स्वतःला व्यक्त करीत असतो. त्यामुळे पं. कुमारगंधर्वांसारखे बहुआयामी, बहुपेडी, चोखंदळ व्यक्तिमत्त्व सतत प्रेरणा देत असते.

कुमारगंधर्वांनी संगीतक्षेत्रातली 'घराणेशाही' धुडकावून तिथे लोकशाही आणली. नवीन काही करण्यासाठी स्वातंत्र्य आणले. त्यासाठी प्रयोगशीलता आणली. 'निर्भय-निर्गुण गुन रे गाऊंगा' म्हणत संगीतक्षेत्रातले वातावरणच बदलून टाकले. कुमारगंधर्वांना गुरुस्थानी मानणाऱ्यांनीही हेच करावे. कुमारगंधर्व जे करीत होते, ते तर करावेच; परंतु कुमारगंधर्व करीत नव्हते, म्हणून एखादी गोष्ट नाकारणे आणि या प्रकारानं 'घराणे' स्थापन करणे चूक आहे. तो कुमारजींच्या विचारांचा पराभव ठरेल.

कुमारगंधर्वांच्या गाण्यातली तत्त्वे ओळखली पाहिजेत. त्यांच्या विचारांचे मर्म ओळखले पाहिजे, त्यांची भूमिका ओळखली पाहिजे. तुम्ही कोणत्याही घराण्याचे, कोणत्याही गुरूचे, कोणत्याही शैलीचे गाणे गात असाल; तरी ती सामावल्याने गाणे उजळून जाते, याची मला खात्री आहे.

'कुमार घराणं' निर्माण होण्यापेक्षा मला असा 'कुमार प्रभाव' अधिक महत्त्वाचा वाटतो.

लोकधुनांचा अभ्यास

लोकधुनांचे संकलन

या अभ्यासासाठी लोकधुना मिळविण्यासाठी मी विविध माध्यमांचा उपयोग केला –

प्रसारमाध्यमे

रेडिओवरील 'विविध भारती' वरील 'संगीत सरिता' व 'अनुरंजनी' या कार्यक्रमांमधून मान्यवरांच्या या संदर्भातल्या मुलाखती ऐकायला मिळाल्या. 'अनुरंजनी' या कार्यक्रमात देशातील विविध प्रांतांतील लोकसंगीत ऐकायला मिळाले. 'Tune in Radio' व इतर रेडिओ चॅनल्स महत्त्वाची वाटतात. यातून देशोदेशींचे लोकसंगीत ऐकायला मिळाले.

टीव्हीवरील विविध रिॲलिटी शोजमध्ये येणाऱ्या मान्यवरांच्या मुलाखतींमधून अनेक बाबी पुढे आल्या. लोकसंगीत व सिनेसंगीत यांच्या मिलाफाचे काम करणाऱ्या अजय–अतुल यांच्या विविध मुलाखतींचा विशेष उल्लेख करता येईल. पं. हृदयनाथ मंगेशकरांची विविध लेखांमधील व मुलाखतींमधील मते उल्लेखनीय आहेत. या व्यतिरिक्त अनेक मालिकांमधील शीर्षकगीते, पार्श्वसंगीत यातूनही त्या त्या प्रांतांच्या संगीताची माहिती मिळाली. दूरदर्शन, InSync चे विशेष योगदान आहे.

इंटरनेटवरून विविध प्रांतांतील लोकसंगीत, तेथील कलाकार, त्यांची वैशिष्ट्ये यांची माहिती मिळाली. पूर्वतयारी करताना मला याचा फायदा झाला. विशेषत: गोवा व कोकणी लोकसंगीताच्या संदर्भात महत्त्वाची

स्पष्ट व नीट माहिती इंटरनेटवरून मिळाली. या संदर्भातले लेखनही उपलब्ध झाले. YouTube, Sound Cloud या व इतर अनेक वेबसाईट्स यांचे या संदर्भात योगदान महत्त्वाचे आहे. अशा माध्यमांतून गीते मिळवून डाऊनलोड करून त्यांचा मी अभ्यास केला.

सीडी, कॅसेट्स, डिजिटल माध्यमे यासंदर्भात उपयुक्त आहेत. अनेक प्रांतांत गेल्यावर तिथल्या स्थानिक कलाकारांच्या कॅसेट्स, सीडीज मी प्रकर्षाने घेतल्या व त्यावरून अभ्यास केला आहे. राजस्थान, आसाम, ओडिशा, बंगाल अशा प्रांतांच्या भाषांमधील लोकगीते मला अशा माध्यमांतून ऐकायला मिळाली. हे गायक अत्यंत अस्सल, मात्र मर्यादित प्रसिद्धीचे होते. त्यामुळे अन्यत्र ह्यांची माहिती व गायन उपलब्ध होत नाही. अशा प्रादेशिक, स्थानिक परंतु अस्सल कलाकारांच्या कलेची नोंद (documentation) व्हावी, हे या संदर्भात प्रकर्षाने जाणवले. इंटरनेटवर लोकसंगीत उपलब्ध आहे. ध्वनिमुद्रिकाही सापडतात. आकाशवाणीने ते जपले आहे. लोककला महोत्सवांमध्ये लोकगीते-लोकनृत्य यांची रेलचेल असते. मला मात्र शक्यतो ही साधने वापरायची नव्हती. श्रोत्यांच्या उपस्थितीत गाताना कलाकाराला सादरीकरणाचे भान ठेवावे लागते. या भानामुळे स्वान्तःसुखाय आत्ममग्नता मात्र हिरावली जाते. मला माझ्या अभ्यासासाठी शुद्ध, असंस्कारित रांगड्या लोकधुना हव्या होत्या. त्यासाठी छोट्या गावांमध्ये जावे लागणार होते. ते मी उत्सुकतेने केले.

प्रत्यक्ष कार्यक्रम

लोकसंगीताचे अनेक महोत्सव गावोगावी होत असतात. शासनाच्या अनेक महोत्सवांमधून काश्मीर ते कन्याकुमारी अशा सर्व प्रांतांचे संगीत ऐकायला मिळते. दक्षिण मध्य क्षेत्र सांस्कृतिक केंद्रात नागपूर येथे दरवर्षी डिसेंबर महिन्यात होणाऱ्या लोकमहोत्सवांमधून असे संगीत ऐकायला मिळाले. त्यांचा अभ्यास करून लोककलाकारांना मी प्रत्यक्ष भेटले आहे.

नागपूर विद्यापीठ व यशवंतराव चव्हाण नागपूर विभागीय केंद्र यांच्यातर्फे आयोजित वैदर्भीय लोककला महोत्सवात नागपूर, झाडीपट्टी व आसपासचे लोकसंगीत/लोकनृत्य यांचा महोत्सव आयोजित करण्यात आला होता. या महोत्सवात दंडार, डहाका व इतर लोकगीतांचे प्रकार ऐकायला मिळाले. यावेळी झालेल्या मान्यवरांच्या मुलाखतींमधून लोकसंगीताच्या स्वरूपाबद्दल माहिती मिळाली. विदर्भातील भंडारा व गडचिरोली या दोन जिल्ह्यांमधील काही भाग

'झाडीपट्टी' या नावाने ओळखला जातो. समृद्ध जंगलांचा हा प्रदेश तिथल्या लोककलांसाठी प्रसिद्ध आहे. लोकसंगीतातील दंडार, खडी गंमत, डहाका, गोंधळ हे तिथले लोकप्रिय लोकगीतप्रकार आहेत. याशिवाय संगीत नाटकांच्या संदर्भात झाडीपट्टी रंगभूमीचेही महत्त्वाचे योगदान आहे. या कलाकारांना व उपासकांना भेटून महत्त्वपूर्ण माहिती मिळाली.

गोवा विद्यापीठाच्या युवा महोत्सवातील लोककला-सादरीकरण मी प्रत्यक्ष बघितले. नृत्य, गायन सादरीकरण बघून त्याबद्दल विद्यार्थी व त्यांचे शिक्षक यांच्याकडून माहिती मिळाली. महाविद्यालयातील युवक-युवतींची समूहनृत्ये, युगल समूहनृत्ये, केवळ तालवाद्यांवरील रणमाले, स्त्रियांचे धाले, पुरुषांचे रणमाले असे अनेक लोकगीतप्रकार मला बघायला मिळाले.

लोककलाविभाग

लोककलांच्या संवर्धनासाठी विद्यापीठाचे स्वतंत्र विभाग व अभ्यासक्रम आहेत. या संदर्भात मुंबई विद्यापीठाच्या लोकसंगीत विभागातील अध्ययन-अध्यापन ग्रंथालय, संग्रहालय यांचे कार्य महत्त्वाचे आहे. खैरागढ येथील इंदिरा संगीत व कला विद्यापीठात स्वतंत्र लोककला विभाग आहे. संगीत, नृत्य, चित्र, स्थापत्य अशा सर्व ललित कलांच्या संदर्भात हे विद्यापीठ महत्त्वाचे कार्य करीत आहे. येथे विद्यापीठाचा संगीत विभाग, ग्रंथालय, श्राव्य-संग्रहालय आहे. संगीताची रीतसर तालीम घेणारे विद्यार्थी लोकसंगीताचा बाज मिळविण्याचे शिक्षण घेतात. या संदर्भात ही भेट उपयुक्त ठरली.

केरळमधील कलामंडलम् हे संपूर्ण विद्यापीठ कथकली नृत्याच्या संवर्धनासाठी वाहिलेले विद्यापीठ आहे. या विद्यापीठाला भेट देऊन कथकलीच्या संवर्धनासाठीचे कार्य प्रत्यक्ष बघितले. तेथे कथकलीच्या संवर्धनासाठी विद्यापीठ पातळीवर केले जाणारे प्रयत्न, त्यासाठीची अध्यापन पद्धती मी प्रत्यक्ष भेटीत जाणून घेतली. अन्य विद्यापीठांमधली महाविद्यालयीन शिक्षणप्रणाली व कलामंडलम् येथील अध्यापनप्रणाली यात खूप तफावत आहे. छोट्या छोट्या झोपडीवजा वर्गखोल्यांमधून प्रत्यक्ष नृत्याच्या विविध अंगांचे मिळणारे शिक्षण, चेहरा रंगवण्यासाठी लागणारे साहित्य, मुखवटे, कथकलीची वेशभूषा, नृत्याचे पदन्यास, तुकडे, त्यासाठी लागणारी गायकांची व वादकांची साथसंगत, कथकलीच्या कलाकारांचे छोट्या मंदिरवजा सभामंडपातील सादरीकरण, अध्यापन पद्धतीत शिक्षकांची तालीम देण्याची पद्धत या सर्वांमुळे मी प्रभावित झाले होते. साधारण दहा-बारा वर्षाच्या शाळेच्या वयापासून तर महाविद्यालयीन वर्षांपर्यंत एकूण

साधारण आठ-दहा वर्षांच्या काळात कथकलीच्या संवर्धनासाठीचा हा सर्वांगीण सांघिक प्रयत्न होता. विद्यापीठातील विद्यार्थी, शिक्षक तसेच मान्यवरांच्या भेटीतून लोकनृत्य व शास्त्रीय नृत्य यांच्या संबंधाच्या संदर्भात महत्त्वपूर्ण दृष्टी मिळाली.

प्रत्यक्ष भेटी

या अभ्यासासंदर्भात मी गोवा व आजूबाजूचा परिसर फिरले. तेथील पिलार निकेतन चर्चचे फादर ग्लेन डिसिल्वा यांच्याकडून तेथील लोकसंगीतावरील माहिती मिळाली व पोर्तुगीज प्रभाव स्पष्ट झाले. फादर स्वत: शास्त्रीय संगीताचे अभ्यासक आहेत. अनेक चर्चमधून फिरून तेथील संगीत त्यांच्याकडून मिळाले. या संदर्भात ओवीबद्ध बायबलचे शास्त्रीय संगीत रूपांतरण केलेली त्यांची नमो ही सीडी आहे. मडगावसोबतच आसपासची छोटी गावे हिंडून तेथील सर्वसामान्यांना भेटून लोकगीते गोळा केली. यासंदर्भात वेर्ले (नेत्रावली) या गावातील भेट संस्मरणीय आहे. तेथे कष्टकरी, बांधकामावर गवंडीकाम करणारे श्री. चंद्रकांत रामगावकर व खुशाल एगावकर यांनी रामायणातली गीते ऐकवली. यांचे ध्वनिमुद्रण (दृक्श्राव्य) मी केले. श्री. राजेंद्र केरकर व सौ. पौर्णिमा केरकर हे पर्यावरणाच्या दृष्टिकोनातून गोव्यामधील सामाजिक कार्य करणारे दाम्पत्य आहे. या कार्यातला एक भाग म्हणून त्यांनी लोकगीते, लोकसंगीत यांचे संवर्धन केले आहे. डॉ. पौर्णिमा यांचे 'धालो' या विषयावर संशोधनपर पुस्तकही आहे. यांच्याकडून दूरदर्शनवरील अनेक कार्यक्रमांचे रेकॉर्डिंग मिळाले. यासोबतच लोकसंगीताचे अभ्यासक असलेले प्रा. झिलु गावकर ह्यांच्याकडून 'रणमाले'चे दृक्श्राव्य ध्वनिमुद्रण मिळाले. त्यांच्याच मदतीने युवा कलाकारांची लोकगीते, लोकनृत्ये बघायला मिळाली. पंधरा प्रकारच्या लोकगीतांचे प्रत्यक्षगायन व नृत्य यातून त्या प्रांताची विविधता स्पष्ट झाली.

माळवा (मध्यप्रदेश) हा प्रांत लोकसंगीताच्या संदर्भात महत्त्वपूर्ण मानला जातो. पं. कुमारगंधर्व यांनी या परिसरातील लोकगीतांच्या आधारे ११ धुनउगम राग बनविले आहेत. त्यामुळे संशोधनविषयाच्या संदर्भात हे महत्त्वाचे होते. देवास, इंदौर, उज्जैन या भागातील अनेक गावांना मी यासंदर्भात भेटी दिल्या.

सेल्फ हेल्प ग्रुपच्या मदतीने मी या प्रांतात फिरून तिथल्या अनेक गावांतील महिलांना भेटले, अनेक लोकधुना गोळा केल्या व त्यावर अभ्यास केला. याचेही ध्वनिमुद्रण (दृक्श्राव्य) मी केले आहे.

या लोकसंगीताच्या कलाकारांना भेटून त्यांच्याकडून मिळालेल्या लोकधुना हा या अभ्यासातील सर्वाधिक मोलाचा ठेवा आहे. या संदर्भातला माझा एक लेख

परिशिष्टात जोडला आहे. या परिसरात फिरून लोकधुना गोळा करीत असतानाचे अनुभव, त्या परिसराचे सांस्कृतिक व सामाजिक आयाम अशा अनेक संदर्भात हा लेख महत्त्वाचा आहे, असे मला वाटते. (परिशिष्ट १)[२८]

लोकधुनांचे विश्लेषण

माळवा प्रांत

माळवा हा प्रांत मध्यप्रदेशात आहे. इंदोर, देवास, उज्जैन, शाजापूर, धर, सिहोर या जिल्ह्यांचा मिळून माळवा प्रांत बनतो. यातील देवास या गावात पं. कुमारगंधर्व १९५२ ते त्यांच्या मृत्यूपर्यंत म्हणजे १९९२ सालापर्यंत राहिले. त्यामुळे देवास केंद्रस्थानी ठेवून मी मे २०१६ मध्ये अनेक गावांत भ्रमंती केली.

लोकसंगीत आणि शास्त्रीय संगीत हे हिंदुस्थानी संगीताचे दोन ठळक बाज आहेत. दोन्हीला दीर्घ परंपरा आहे. मौखिक रूपाने ही परंपरा जपली जाते आहे. शास्त्रीय संगीताच्या क्षेत्रात स्वरलिपीच्या माध्यमातून गेल्या काही शतकात लिखित रूपातही ही परंपरा जपली जात असली तरी गुरुमुखी विद्या व श्रवणसंस्कार याचे मोल अधिक आहे. लोकसंगीत मुख्यत: श्रवण-संस्कारातूनच एका पिढीकडून दुसऱ्या पिढीकडे संक्रमित होत गेलेले दिसते. लोकसंगीत आणि शास्त्रीय संगीतातले कलाकार स्वयंपूर्ण, स्वयंकेंद्री, स्वपरिपूर्ण आहेत. समांतरपणे ते स्वत:ची कला जोपासतात. एकमेकांवर स्पष्ट प्रभाव दिसत नसले; तरी अप्रत्यक्ष धूसर प्रभाव दिसतात. शास्त्रीय संगीतातल्या काही रागांची मुळे लोकसंगीतात आहेत, असे मानून लोकसंगीताला शास्त्रीय संगीताची जननी मानले जाते.

माळवा हा लोकसंगीतासाठी अतिशय समृद्ध प्रांत मानला जातो. या प्रांतातल्या लोकधुनांवर आधारित कार्यक्रम कुमारगंधर्वांनी केले होते. परबात्या, सतीमाता, पूर्वज, गणगौर, घोडी, बघावा, बना, जमई, जच्चा, बीरा, संजा इ. चोवीस लोकगीत प्रकारांचा समावेश त्यांच्या 'मालवा की लोकधुनें' आणि 'गीतवर्षा'सारख्या कार्यक्रमांमध्ये असायचा. मला ऐकायला मिळालेल्या गाण्यांमध्ये सूरज परभाती होती. भेरूजी होते, गंगाजी का गीत होते, बधावा होते, गाली होती. खुला आवाज, कधी बुलंद तर कधी बारीक लगाव, स्पष्ट उठून दिसतील असे स्पष्ट उच्चार, विशिष्ट हेल, पुकार अशा कितीतरी गोष्टी शिकाव्यात त्यांच्याकडून. शब्दांची, स्वरांची फेक कशी असावी - याचे प्रात्यक्षिकच होते ते. गाण्यातून वेगवेगळे भाव व्यक्त करायचे असतील; आनंद,

दुःख, चिंता, प्रेम दर्शवायचे असेल, तर लगाव, उच्चार कसे असावेत - याचा विचार त्यात होता. त्यात स्वरांचे चढ-उतार होते. स्वरांची आणि ठेक्याची अतिशय स्वाभाविक साधी धुंदी त्यात सापडायची. पण छोट्या गावातल्या स्त्रिया तशा लाजाळू असतात. समूहात धीटपणे गातात पण एकेकटीने गातील एवढ्या त्या धीट नसतात. सगळेच प्रश्न मोठे होते. पण रितू व्यास आणि तिच्या अनिता-संगीता या दोघी सहकाऱ्यांनी माझा हा प्रश्न सोडवला. या तिघींनी मी पोहोचण्याआधीच गावातल्या महिलांशी संपर्क साधला होता.

या संदर्भातल्या काही नोंदी येथे देत आहे.

- प्रत्येक ठिकाणी अंदाजे १५ स्त्रिया होत्या. त्यापैकी प्रत्येकीशी स्वतंत्र संवाद साधणेही शक्य होत होते.
- प्रत्येक ठिकाणी या स्त्रियांपैकी पाचसहा स्त्रिया प्रामुख्याने पुढाकार घेत. मात्र इतरही स्त्रियांना ही गाणी पाठ होती.
- एकीचे मुख्य गायन (लीड) व इतरांचे कोरस असा प्रकार नव्हता. सर्व स्त्रिया सामूहिक गात होत्या.
- यात साधारण पंचवीस ते सत्तर हा वयोगट होता. मात्र काही ठिकाणी बारा-पंधरा वर्षाच्या मुलीही यात सामील झाल्या होत्या.
- स्त्रियांची लोकगीतेच यावेळी उपलब्ध झाली, पुरुषांची नव्हे.
- लोकगीतांसाठी विशेष प्रसंग, निमित्त नव्हते. स्त्रियांना येत असलेली लोकगीते त्या ऐकवत होत्या. अनौपचारिक स्वरूप होते.
- ही गीते गाताना कोणतेही वाद्य साथीला नव्हते. मात्र सात मात्रांचा ताल सहजपणे जाणवत होता.
- गाताना नृत्य नव्हते. बसून गायले जात होते.
- एकमेकींच्या आवाजात आवाज मिसळून गाण्याबरोबरच एकमेकींच्या आवाजापुढे आवाज मिळवून एक सलग ओळ गाण्याचे कसब काही गटात दिसले.
- ही गीते माळवी भाषेत होती.
- गाली, समदन, इ. गाणी गाताना थोडा अभिनयही त्या करीत होत्या. कुणाच्या नावाने गुंफून गाली दिली की, त्या हसून एकमेकींना प्रतिसाद द्यायच्या. काही वेळा दोन गटही होत. मग जुगलबंदी, सवालजवाब चालायचे. या गीतांमधले 'नाट्य' त्या जपत होत्या. यावेळी आवाजाचे लगाव, चढउतार, पुकार, फेक इ. सांगीतिक गुणवैशिष्ट्ये प्रकर्षाने

जाणवायची.

- येथे परबाती व गंगाजी या नावाने गायलेल्या धुनच्या आधारे अभ्यास केला आहे. भैरूजी, परबाती, सूरज, संजारी, जच्चा, बन्ना, गाली या नावाने गीते माळवा भागात गायली जातात – असे वर्णन या स्त्रिया करीत होत्या. पं. कुमारगंधर्वांच्या 'मालवा की लोकधुने'मध्येही या गीत–प्रकारांचे उल्लेख आहेत.
- यापैकी काही गीतांचे शब्द स्पष्ट होते, तर काहींची भाषा माळवी असल्याने मला ते शब्द व संपूर्ण काव्य स्पष्ट झाले नाही. धृवपदे मात्र स्पष्ट होऊ शकली आहेत.

  काही गीतांची धृवपदे पुढीलप्रमाणे –

  १) समधन मिली चांदतारा समधी तो मेरा सीधा बेचारा
  २) पानी पडे रे फुहार एरी नगरी मो
  ३) भैरूजी की ओट पे लल्ला किसका रोए रे
  ४) क्यों भयो दिलडो उदास
  ५) सिर पे सितारों रे बनडा
  ६) सुमरन क्यों नी करे
  ७) बरसन लागो मूसलधार
  ८) पागा बांधो तो यारो
  ९) अंगनिया में तुलसी

या व अशा अनेक गीतांचे संकलन यानिमित्ताने मला करता आले आहे. काही गीते संपूर्ण आहेत, तर काही अपूर्ण आहेत. या गीतांचे ध्वनिमुद्रण (ऑडिओ/ व्हिडिओ) मी यावेळी केलेले आहे. हा लोकसंगीताच्या अभ्यासासंदर्भात महत्त्वपूर्ण दस्तऐवज ठरेल, याची मला खात्री आहे.

गोवा प्रांत व कोकण

गोवा प्रांत व कोकणातला काही भाग मी फिरले, तेव्हा गोवा व आसपासच्या भागात लोकपरंपरांचे दोन मुख्य प्रवाह जाणवले. कोकणी हिंदू परंपरांशी संबंधित लोकधुना व पोर्तुगीज/ख्रिश्चन परंपरांशी संबंधित लोकधुना ह्या दोन्हींचे एकमेकांवरील प्रभाव स्पष्ट आहेत. ख्रिश्चन परंपरेतील अभ्यासकांनी केलेली निरीक्षणे येथे देत आहे. गोव्याच्या परंपरा मुख्य तीन संस्थांभोवती केंद्रित आहेत – हिंदू मंदिरांतील धाउल हे उपासनेचे ठिकाण, गाव संस्था म्हणजे पारावर

सरपंच व इतर मान्यवरांच्या भेटीचे ठिकाण आणि मांड हे अनौपचारिक गप्पांचे ठिकाण. पुढे कालांतराने हिंदू मंदिरांचे स्थान चर्चने घेतले. गावकऱ्यांची सभा गावसभा बनली. मांड चर्चभोवतीची खुली जागा ठरली, जेथे अनेक सणसमारंभ होऊ लागले असे मानले जाते.[२९] संथ मांडो, त्यानंतरचे द्रुत धालो आणि शेवटी देखणी असा साधारण लोकसंगीताचा प्रघात असतो. मला फुगडी, शिगमो, रणमाले, झावटी असे अनेक लोकगीत प्रकार बघायला, ऐकायला मिळाले. याबरोबर वाजवले जाणारे ठेके, वाद्ये व पदन्यास यातून कोकणी लोकसंगीताचे समृद्ध दालन अनुभवायला मिळाले.

कोकणी भाषेतले 'गुढुल्या गीत' हे गीत मला ऐकायला मिळाले. त्यामधली संथ लय, शब्द व त्याचा आकार करण्याची पद्धत मला रागानुकूल वाटली. त्याचा अधिक अभ्यास मी केला व रागस्वरूप मांडण्याचा प्रयत्न केला आहे.

- गुढुल्या गीत हा पुरुषाने एकट्याने गायला जाणारा गीतप्रकार आहे, ज्यामध्ये रामायणातल्या कथा सांगितल्या जातात.
- यात एकटा पुरुष दोन ओळींचे काव्य गातो व त्यापुढे त्या स्वरसंगती आकारात पुनरावृत्त करतो.
- यात स्वरवाद्य, तालवाद्य साथीला नाही. कोरस नाही.
- एका स्वराला आधार मानून पहिल्या चार ओळी व त्यानंतर आकार गायला आहे.
- नेत्रावली या संरक्षित जंगलाच्या आत असलेल्या वेर्ले ह्या गावी तेथील देवळाच्या बांधकामावरील एक मजूर संध्याकाळी भजनात गातो - असे गावकऱ्यांकडून समजले. तेथील एका प्राथमिक शाळेतल्या शिक्षकांनी यास दुजोरा दिला व त्या कष्टकरी कलाकाराशी भेट घालून दिली. सुरुवातीला संकोच करणाऱ्या व्यक्तीनेही रामायणातील पारंपरिक गीते ऐकवली. त्याचे ध्वनिमुद्रण मी केले आहे.
- काही प्रादेशिक वाद्ये बघायला मिळाली. नारळाची करवंटी वापरून बनवलेले लाकडी वाद्य व त्या वाद्याचा ताल व स्वरासाठी उपयोग करून घेत गायलेली गाणी ऐकायला मिळाली. ह्याचे फोटो व व्हिडिओ रेकॉर्डिंग मी केले.

चर्च व प्रार्थनागृहातून कोकणी भाषेतली अनेक गीते ऐकायला मिळाली. कोकणी भाषेतले परंतु रोमन लिपीत लिहिलेले साहित्य बघायला मिळाले. सांगीतिक दृष्टिकोनातून पोर्तुगीजांचे म्हणून प्रसिद्ध असलेले 'primeire/ segundo'

चे प्रभाव महत्त्वाचे आहेत. हार्मनीचा हा उपयोग वैशिष्ट्यपूर्ण आहे. चर्चमधून जे संगीताचे प्रशिक्षण दिले जाई, त्यात पाश्चात्त्य हार्मनीचे प्रशिक्षण महत्त्वाचे होते. दोन आवाजांचे इटालियन पद्धतीचे हे मिश्रण आहे. यात पहिला स्वर मेलडी व दुसरा स्वर हार्मनीचा असतो. ही हार्मनी मेलडी स्वराच्या तिसरा वरचा स्वर किंवा सहावा खालचा स्वर असतो. याला पोर्तुगीज 'primeiro segundo' म्हणत. ख्रिश्चन गोवेकऱ्यांचे वैशिष्ट्य जगभर प्रसिद्ध आहे,[३०] असे श्री. डिसूज़ा ओसलण्डो यांनी नोंदवले आहे.

लोकधुनांची निरीक्षणे व नोंदी

या आधारे लोकसंगीताची मला जाणवलेली वैशिष्ट्ये अशी आहेत –

- लोकसंगीत हे प्रादेशिक असते. त्यामुळे त्यातली प्रादेशिकता, स्थानिकता, प्रांतीयता जपली जाणे आवश्यक आहे.
- मी या दृष्टीने लोकधुनांचे स्वर अभ्यासण्याबरोबरच त्या स्वरांचे लगावही अभ्यासले. आवाजाचे लगाव, स्वरांची फेक, पुकार यांचा अभ्यास मी यावेळी केला. लोकसंगीतातली स्वरस्थाने कित्येकदा त्या स्वरांच्या नियोजित जागी नसतात. कमीजास्त, चढीउतरी असतात. अशा वेळी स्वरांची फेक, त्यातला खुला-स्पष्ट बाज यांचीही भूमिका महत्त्वाची ठरते. ओवी गातानाची स्वरस्थाने पोवाड्यापेक्षा वेगळी असतात. कारण दोन्हींचे लगाव वेगवेगळे असतात. लोकसंगीतातले स्वरांचे दर्जे मी प्रकर्षाने अभ्यासले.
- माळवा प्रांतातली स्त्रियांची लोकगीते व विदर्भातल्या झाडीपट्टी प्रांतातली पुरुषांची लोकगीते स्वभावतःच भिन्न होती. माळव्यातली मला मिळालेली गीते तालवाद्यांशिवाय गायली गेली होती, तिचे स्वरूप तसेच होते; तर झाडीपट्टीतील गीते तालाशिवाय गायलीच जाऊ शकत नाहीत. त्यांचे रूपही आक्रमक ताल लय यांच्यात बांधलेले होते. माळव्यातल्या धुनांमध्ये सात मात्रांचा सतवा ताल सुप्त अवस्थेत होता, अस्पष्ट होता. तरीही दोन्ही प्रांतांतले संभाव्य ताल, ठेके, बोल, मात्राखंड यातले वेगवेगळेपण लक्षणीय होते. ('अनूप' रागातल्या बंदिशीच्या संदर्भात माझे विचार मी पुढे व्यक्त केले आहेत. विलंबिताची बंदिश त्रितालात बांधली असली, तरी अंगभूत सतवा ताल ठेवण्याचा प्रयत्न मी केला आहे.)
- लोकगीतांचा अर्थ, त्यातल्या काव्याचा भाव यानुरूप लोकगीताची ठेवण असते. गोव्यातले कोकणी भाषेतले, रामायणाची कथा सांगणारे गीत,

ह्याच प्रांतातले ढालो व मांड हे नृत्यप्रधान लोकगीत स्वभावत:च वेगवेगळे जाणवले. काही गीते स्वरप्रधान होती; तर काहींना केवळ ताल होता, स्वर नव्हते.

- लोकगीत गायकांचे हावभाव, त्यांचे हातवारे, त्यांची देहबोली मी प्रत्यक्ष न्याहाळली. त्यातून व्यक्त होणारे गायकाचे व लोकधुनेचे व्यक्तिमत्त्व याचा मी प्रत्यक्ष अनुभव घेतला. प्रांतानुसार, गीत-प्रकारानुसार होणारे असे बदल व त्यांचा गाण्यावर होणारा प्रभाव याचा अंदाज मी घेतला व त्याही दृष्टीने विचार केला.
- शास्त्रीय संगीतावर लोकगीतांचा जो प्रभाव दिसतो, तो केवळ राग-निर्मिती एवढ्यापुरताच मर्यादित नाही. लोकगीतातले स्वरलगाव, स्वरांचे दर्जे, आवाजाचा लगाव, ठेवण, मॉड्युलेशन्स, फोर्सेस यांचा उपयोग शास्त्रीय संगीतातही केला जाऊ शकतो. ह्या संदर्भातले स्पष्ट विचार लोकसंगीताच्या या अभ्यासातून जाणवते. शास्त्रीय व लोकसंगीत यांच्या परस्परसंबंधाच्या संदर्भात ही बाजू महत्त्वाची आहे.
- लोकधुनांपासून तयार झालेला राग 'धुनउगम' म्हणून ओळखला जातो. पहाडी, मांड, पीलू यासारखे लोकसंगीतापासून उगम झालेले राग परंपरागत राग म्हणून आता मान्यता पावले आहेत. मात्र आजही उपशास्त्रीय संगीतासाठीचे राग म्हणूनच त्यांचा उल्लेख होतो. त्यामध्ये विलंबित ख्याल ऐकायला मिळत नाहीत. पं. कुमारगंधर्वांनी ११ धुनउगम राग बनवले. त्यांचे स्वरविस्तार, माहिती, बंदिशींची स्वरलिपी प्रसिद्ध केली. त्याची ध्वनिमुद्रणेही उपलब्ध आहेत. मात्र ज्याप्रमाणे कर्नाटक संगीतातून येणारे राग गेल्या व सध्याच्या शतकात झपाट्याने प्रसिद्ध झाले आहेत, तसे धुनउगम राग मात्र प्रसिद्ध झाले नाहीत. याबद्दल विचार आवश्यक वाटला.
- धुनउगम स्वरांचे विश्लेषण करताना असे लक्षात येते की, यातील स्वर, त्यांचे लगाव, परंपरागत जातिजन्य किंवा थाटजन्य रागांपेक्षा वेगळे आहेत, स्वरस्थाने वेगळी आहेत. स्वरांची स्थाने, त्यांचे लगाव, फेक, पुकार, खींच खास लोकसंगीतातल्या आहेत. स्वरांचे उच्चारही वेगळे आहेत. या गोष्टींचा विचार त्याच्या धुनउगम स्वरूपात होणे आवश्यक आहे, यासाठी त्याचे धुनउगमत्व व त्याची मूळ धुन समजणे उपयुक्त ठरते.

पं. कुमारगंधर्वांनी अहिमोहिनीच्या निर्मितीत त्यातील 'बीन' वाद्याची भूमिका महत्त्वाची मानली. त्याचा बीनपणा गमावला जाऊ नये; ती बीनच

वाटावी, बासरी किंवा पुंगी वाटू नये – असे ते म्हणतात. याच प्रकारे मूळ लोकधुना समजल्या; तर स्वरस्थाने, स्वरांचे दर्जे, त्यांची फेक, उच्चार उमगू शकतात व यामुळे रागस्वरूप अधिक आकर्षक होऊ शकते. धुनउगम रागांमधील 'उगमाचा हा झरा' स्पष्ट व्हायला हवा. पं. कुमारगंधर्वांनी संकलित केलेल्या मूळ लोकधुनांचा साठाही अभ्यासकांसाठी खुला व्हायला हवा होता.

- राग धुनउगम असला, तरी तो इतर प्रसिद्ध परंपरागत रागांच्या तुलनेत कमी दर्जाचा समजला जाऊ नये. यमन, बागेश्री, मालकंस या परंपरागत रागांच्या जोडीने धुनउगम रागांचेही स्थान असावे, असे वाटते. त्यामधल्या अडचणी शोधण्याची गरज मला या संदर्भात जाणवते.
- पं. कुमारगंधर्वांच्या धुनउगम रागांचा अभ्यास केल्यावर असे जाणवते की, धुनउगम रागांमध्ये एका स्वराची दोन रूपे दिसतात. शुद्ध व कोमल किंवा शुद्ध व तीव्र अशी रूपे कित्येकदा दिसतात. कित्येकदा ती पाठोपाठही दिसतात. भवमत भैरवात अवरोहात दोन मध्यम पाठोपाठ आहेत. बीहड भैरवात दोन गांधार, दोन निषाद आहेत. मधसूरजात दोन मध्यम आहेत. पाठोपाठही आहेत. निंदियारीतही दोन मध्यम आहेत. आरोहातला तीव्र व अवरोहात शुद्ध असला, तरी मंपम हा तुकडा येतो; तेव्हा पंचमाचे स्थान 'दोन मध्यमामधला स्वर' असे असते. संजारीमध्ये दोन गांधार, दोन मध्यम व दोन निषाद आहे. राहीत दोन निषाद आहेत. शुद्ध निषाद अवरोहात सरळ असला, तरी कोमल निषादावर न्यास आहे. अहिमोहिनीत दोन गांधार व दोन धैवत आहेत. लगन गांधार या रागात शुद्ध गांधार, कोमल गांधाराचे दोन अंतर (भेद) तसेच कोमल निषादाचे दोन भेद आहेत. यासाठी त्यांनी गं॒ असे चिन्हही वापरले आहे. एकूण या अनेक धुनउगम रागात स्वरांची दोन रूपे दिसतात.
- धुनउगम राग वक्र स्वरूपाचे आहेत. बीहडभैरव, भवमत-भैरव वक्र आहेत. सहेली तोडी, अहिमोहिनी, संजारीचा अवरोह वक्र आहे. मधवाचा आरोह वक्र आहे. मधसूरजातला अवरोहातला पंचम, सहेलीतोडीतला अवरोहातला निषाद, मालवतीतला आरोहातला गांधार वक्र आहे. राहीतला कोमल निषाद षडजाच्या आधाराने वक्र बनतो.
- प्रस्तुत संशोधनात सादर केलेल्या ऋतु व गोधूली या रागांमध्ये मध्यम स्वराची दोन रूपे आहेत. गोधूली मध्ये तर मध्यम व धैवताची दोन रूपे

पाठोपाठही आली आहेत.

- एका स्वराची दोन रूपे पाठोपाठ घेऊ नयेत, हा प्रचलित रागनियम आहे. मात्र त्याचबरोबर ‘ललित’ हा अपवादस्वरूप रागही प्रसिद्ध आहे. जोगमध्येही दोन ‘गांधारां’मधला मध्यम अथवा षड्ज ($\text{ग}^{\text{म}}\underline{\text{ग}}$ अथवा $\text{ग}^{\text{सा}}\underline{\text{ग}}$) ‘शास्त्रापुरते’ असतात. हा नियम धुनउगम रागात सौंदर्यपूर्ण तऱ्हेने शिथिल झालेला दिसतो. रागाचे स्वरूप वक्र बनण्यामागचे हेही एक कारण असू शकते.

या निमित्ताने ‘एका स्वराची दोन रूपे पाठोपाठ येऊ नयेत’ या राग-नियमाची आवश्यकता तपासण्याची गरज वाटते. एका स्वराची दोन रूपे पाठोपाठ येऊ नयेत - हा रागाच्या चाळीस नियमांपैकी एक नियम आहे. हा नियम कशासाठी आहे, हे तपासून बघावे याची तीव्रतेने गरज भासते. या नियमामागची भूमिका, त्याचे फायदे, हा नियम मोडण्याची गरज, त्यामागची भूमिका व त्याचे फायदे स्वतंत्र व्यापक संशोधनाचा विषय आहे.

एका स्वराची दोन रूपे पाठोपाठ येऊ नयेत - हा नियम कित्येक धुनउगम रागांमध्ये शिथिल झालेला दिसतो. हा नियम शिथिल केल्याने अनेक नवे राग निर्माण होऊ शकतात. मात्र असे केल्याने प्रचलित ‘राग’ या संकल्पनेला हानी पोचते का ? पोचत असल्यास त्यामध्ये नेमके काय गमावले जाते आहे ? हिंदुस्थानी संगीताच्या समग्र स्वरूपाच्या संदर्भात हे योग्य आहे अथवा नाही, हा माझ्या चिंतनाचा विषय असतो. अशी हानी पोचत नसेल; तर त्यासाठी रागस्वरूपे, रागचर्चा, बंदिशींची स्वरलिपी याबद्दलची पुनर्मांडणी अपरिहार्य ठरेल. याचे फायदे-तोटे, त्यातील अडचणी शोधणे आवश्यक आहे. यासंदर्भात खोलवर चिंतन आवश्यक वाटते.

सात शुद्ध स्वर व पाच विकृत अशा बारा स्वरस्थानांना स्वतंत्र नावे दिल्यामुळे काय बदल होतील, याबाबत सखोल विचारमंथन व्हावे असे वाटते.

लोकधुनांपासून निर्मित धुनउगम रागांची निर्मितीप्रक्रिया व टप्पे

एखादी लोकधुन जेव्हा रागात परिवर्तित केली जाते, तेव्हा पुढील परिवर्तने होतात -

- लोकधुन तीन-चार स्वरांमध्ये असते. रागत्व प्राप्त होण्यासाठी किमान पाच स्वरांची आवश्यकता असते, त्यामुळे हा पाचवा स्वर काही विशिष्ट विचारांनी घेतला जाऊ शकतो. यामध्ये षड्ज मध्यम भाव, षड्ज पंचम

भाव, षड्ज गांधार भाव अशा विचाराने पाचवा स्वर मिळविला जाऊ शकतो.

- लोकधुन पुष्कळदा फक्त पूर्वांगातच असते. अशा वेळी पूर्वांगाचे प्रतिबिंब म्हणून उत्तरांगातले स्वर मिळवावे लागतात. रागात एकाच वेळी पाठोपाठचे दोन स्वर वर्ज्य करू नयेत – हा नियम आहे. मात्र या दृष्टीने स्वरांची भर टाकावी लागते.
- लोकधुन फक्त एका सप्तकात असते असे नाही. ती कित्येकदा मध्य सा पासून सुरू होत नाही. अशा वेळी त्या लोकधुनेचा आधार स्वर सा शोधावा लागतो व आधार स्वराच्या संदर्भात स्वरांची मांडणी करावी लागते.
- लोकधुनेत विशिष्ट स्वरसंगतींची पुनरावृत्ती होत असते. या पुनरावृत्ती होणाऱ्या स्वरसंगती व त्याचे संवाद यांच्या आधारे रागाचे स्वरूप शोधले जाऊ शकते.
- एखाद्या लोकधुनेला विस्तारून तिचा राग बनविण्याचे अनेक मार्ग असू शकतात. त्यापैकी एकच योग्य आहे असे नव्हे.
- राग म्हणजे केवळ स्वरसप्तक नव्हे. रागाचे विशिष्ट चलनही असते. त्यात स्वरांची कमीअधिक बलस्थाने असतात. काही दीर्घ असतात, तर काही दीर्घ केली जात नाहीत. काहींवर न्यास असतात, तर काहींवर न्यास नसतात. काहींवर आरोही न्यास असतात, तर काहींवर अवरोही न्यास असतात, तर काहींवर संपूर्ण न्यास विश्रांती असते. काही स्वर सरळ लागत असतात, तर काहींची ठेवण वक्र असते. रागाचे चलन, त्याचे वळण, त्याचे ठहराव यांचेही सूचन लोकधुनेतून होणे अपेक्षित असते. एखाद्या लोकधुनेची रागधुन बनण्याची ही प्रक्रिया आहे. धुनउगम रागांची ही निर्मितीप्रक्रिया आहे.

या निर्मितीप्रक्रियेतले सर्वसामान्य टप्पे असे आहेत –

- लोकधुन ऐकणे.
- स्वरांची दीर्घता, स्वरांचे लगाव या दृष्टीने त्याचा वेध घेणे.
- लोकधुनेची स्वरलिपी बनवणे.
- लोकधुनेचे आरोहावरोह शोधणे.
- लोकधुनेत लागणाऱ्या स्वरांचा लहानमोठेपणा, ऱ्हस्वदीर्घपणा, न्यास इ. तपासणे.

- लोकधुनेत लागणाऱ्या स्वरसंगती शोधणे.
- त्या स्वरसंगतींच्या आधारे स्वरांची वळणे व चलन शोधणे.
- स्वरसंगतींचे विश्लेषण करणे व त्यामधून स्वरांचे संवाद शोधणे.
- धुनेत लागणाऱ्या सर्व स्वरांच्या संगती व त्यातून सापडणारे स्पष्ट आरोहावरोह शोधणे.
- रागाच्या नियमाच्या दृष्टीने या स्वरसंगतींचा अभ्यास करणे.
- रागनियम कुठे साधत नाहीत, याचा शोध घेणे.
- लोकधुनेला रागत्व मिळवून देण्याच्या दृष्टीने त्यात आवश्यक ती भर घालणे.
- रागाची लक्षणे निश्चित करणे – उदा. जाती, कोमल-तीव्र, वर्ज्य, न्यास, वादीसंवादी इ.
- त्या लोकधुनेतले स्वरलगाव, स्वरांचे दर्जे, स्वरोच्चार यांचा राग-चलनात अंतर्भाव करणे.
- धुनउगम रागांचा स्वरविस्तार, ताना यांचा स्पष्ट उल्लेख करणे.
- रागात बंदिश बांधणे.
- ती बंदिश व तो राग ख्याल शैलीने अथवा अन्य शैलींनी गाऊन विस्तारणे.

नवीन धुनउगम राग

या संशोधनाच्या दरम्यान केलेले सामुग्री संकलन, विश्लेषण व त्यावर दीर्घ सखोल चिंतन यांच्या आधारे तीन धुनउगम रागांची निर्मिती मी केली आहे. या रागांची सविस्तर माहिती, त्यांचा स्वरविस्तार, स्वरांची विश्लेषक सविस्तर स्थाने मी मांडली आहेत. या नवीन धुनउगम रागांच्या निर्मितीमागची भूमिकाही मी उलगडून दाखवली आहे व या नवीन धुनउगम रागात बंदिशी बांधून त्याची स्वरलिपी प्रस्तुत केली आहे. या बंदिशींचे व रागाचे विस्तृत गायन YouTube वर उपलब्ध आहे. या धुनउगम रागांचे गायन मी माझ्या मैफिलीतून सादर केले आहे.

या संशोधनातून मी ऋतु, अनूप व गोधूली हे तीन राग तयार केले आहेत. 'राग तयार केले' हे विधान काहीसे धारिष्ट्याचे आहे, याची मला जाणीव आहे. मात्र ते केल्याशिवाय धुनउगम रागांची निर्मितीप्रक्रिया स्पष्ट व्यक्त होत नाही. राग ऋतुमध्ये रूपक व एकतालात बंदिशी बांधल्या आहेत. राग अनूपमध्ये ठाय त्रिताल व एकतालात बंदिशी बांधल्या आहेत. गोधूली रागात झपतालात बंदिश बांधली आहे, तसेच एक दादराही बांधला आहे.

राग ऋतु
मध्यप्रदेशाच्या माळवा प्रांतात गायल्या जाणाऱ्या परबाती नावाच्या एका लोकधुनेवर हा राग आधारलेला आहे.

स्त्रिया हे लोकगीत सामूहिकपणे गात होत्या. लीड व कोरस अशी पद्धत यात नव्हती. गीताला अनेक कडवी होती. सगळ्यांची सारखी चाल होती. काव्य मात्र वेगवेगळे परंतु एकसंध होते. प्रत्येक कडव्याला दोन ओळी होत्या. गाताना कोणतेही वाद्य नव्हते, मात्र ओळी सात मात्रांमध्ये बांधल्यासारख्या होत्या.

सा सा सा | रे॒ ग॒ | – – || रे॒ सा – | रे॒ ग॒ | – –

रे॒ ग॒ – | रे॒ – | – सा || ध॒ नि॒ – | ध॒ – | – –

ध॒ सा सा | रे॒ ग॒ | – – || रे॒ सा – | रे॒ ग॒ | – –

रे॒ सा – | – – | – – || रे॒ सा – | ध॒ नि॒ | ध॒ –

अशी गीताची स्वरलिपी होईल. ज्यात रिषभ, गांधार, धैवत, निषाद कोमल आहेत. प्रत्येक तुकड्यात चवथ्या मात्रेवर स्वर बदलला आहे. त्यामुळे ३ + ४ अथवा ३ + २ + २ असे विभाजन करावेसे वाटले. माळवा प्रांतातल्या अनेक लोकगीतांत हा सात मात्रांचा ठेका आढळला. सतवा किंवा चाचर तालासारखा हा ताल असावा.

ध॒ नि॒ ध॒ ही मंद्र सप्तकातली स्वरसंगती विशेष न्यासाची आहे. त्यानंतर रिषभाचे प्राबल्य टाळून ध॒सा रे॒ग॒ रे॒साऽ रे॒ग॒ऽ असा गांधारावर न्यास अपेक्षित आहे. ध॒, नि॒, सा, रे॒, ग॒ हे पाच स्वर घेऊन राग उभा राहू शकतो. रागाला आवश्यक असलेली पाच स्वरांची अट पूर्ण होते. स्वरसंगती फक्त मंद्र सप्तकाचे उत्तरांग व मध्य सप्तकाचे पूर्वांग ह्यामध्ये आहे. मध्य सप्तकाचे उत्तरांग व तार सप्तकाचे पूर्वांग ह्यात हीच स्वरसंगती घेऊन संपूर्ण स्वरसप्तक तयार होऊ शकते. परंतु गांधारानंतर मध्यम व पंचम दोन्ही वर्ज्य झाल्याने गांधार ते धैवत हे स्वरांतर मोठे होते व रंजकतेच्या व एकसंधतेच्या दृष्टीने जाचक होते. तसेच रागात एकाच वेळी मध्यम व पंचम वर्ज्य करू नये – हा रागनियम मोडला जातो.

आरोह   –   सा रे॒ ग॒ ध नि॒ध सां (सा रे॒ ग॒ नि॒ध सां)

अवरोह   –   सां ध॒नि॒ ध ग॒ रे॒ग॒ सा (सां नि॒ध ग॒ रे॒ ग॒सा)

असे या लोकधुनेचे स्वरूप आहे. अशा प्रकारच्या धुनांना संस्कारित करून, त्यावर विशिष्ट विचारांच्या आधारे भर घालावी लागते.

●   प्रस्तुत लोकधुनेवरील संस्करणामागची भूमिका अशी आहे.

पुरुष व स्त्रिया यांच्या आवाजात स्वाभाविक षड्ज मध्यम भाव असतो. पांढरी एक/काळी एक या पट्टीपासून पुरुष गातात तर काळी चार/पांढरी सहा

पासून क्रिया गातात. काळी चारचा मध्यम काळी एक असतो व काळी एकचा पंचम काळी चार असतो. या स्वाभाविक संवादाच्या आधारे येथे भर घातली आहे.

● ध॒नि॒ध॒ व सारे॒गसा हे या रागातले मुख्य स्वर आहेत. षड्ज-मध्यम भावानुसार मध्यमाला सा मानून गायल्यास

काळी ४   –   नि॒ ध॒ सा रे॒ ग॒॑सा

काळी १   –   नि॒ ध॒ सा रे॒ ग॒॑सा

काळी १ ची स्वरलिपी काळी ४ च्या संदर्भाने अशी होईल.

सा रे॒ ग॒ सा = म म॑ ध॒ म

सा = म, रे॒ = म॑, ग॒ = ध॒, ध॒ = रे॒, नि॒ = ग॒

काळी ४   काळी १

सा रे॒ ग॒ रे॒ सा, ध॒ नि॒ ध॒   म म॑ ध॒ म॑ म , रे॒ ग॒ रे॒

एकूण रागाचे स्वर असे होतील

आरोह   –   सा रे॒ ग॒ म म॑ ध॒ नि॒ध॒ सां

अवरोह   –   सां ध॒ नि॒ ध॒ म॑ म ग॒ रे॒ ग॒॑सा

● आरोहात पंचम वर्ज्य, निषाद वक्र, अवरोहात पंचम वर्ज्य, रिषभ वक्र आहे. यामुळे फक्त पंचम वर्ज्य बाकी व स्वरूप वक्र मानून रागाची जाती षाडव षाडव मानावी.

● रागात रिषभ, गांधार, धैवत, निषाद कोमल आहेत व दोन्ही मध्यम आहेत. तोडी थाटात असे स्वर असले, तरी दोन्ही मध्यमामुळे रागस्वरूप वेगळे होते. तोडी अंगात रिषभावर न्यास असतो. या रागात गांधारावर न्यास आहे. रे॒ सा ऐवजी रे॒ ग॒ सा घेतल्याने रिषभाचे प्राबल्य कमी होते. या रागात मुख्य स्वर ध॒नि॒, ध॒, सारे॒ग असे आहेत. मूळ स्वरसंगतीत मध्यम नाही, मात्र शुद्ध मध्यमाला सा मानल्यानंतर तो षड्जाइतका स्पष्ट होतो.

● या रागात दोन्ही मध्यम पाठोपाठ आहेत. ग॒ म म॑ ध॒ असा आरोहात व ध॒ म॑ म ग॒ असा अवरोहात आहे. एका स्वराची दोन रूपे पाठोपाठ घेऊ नयेत – असा रागनियम आहे. ललत मध्ये अपवादरूपाने हा नियम मोडला गेला आहे. हे रागस्वरूपही अपवाद मानता येईल. अन्यथा या पाठोपाठच्या दोन्ही मध्यमांच्या मध्ये आरोहात कोमल गांधाराचा, तर अवरोहात कोमल

धैवताचा कण घेता येईल.

● रागात दोन मध्यम आहेत. दोन्हीचे सारखे प्राबल्य आहे. शुद्ध म षड्जवाचक तर तीव्र म षड्ज बदलाच्या संदर्भात कोमल रिषभवाचक आहे. आरोहात व अवरोहात दोन्हीकडे दोन्ही मध्यम आहेत. त्यामुळे आरोहात पंचम निषाद वर्ज्य असूनही रागातील स्वरांची संख्या पाच नसून सहा होते. आरोह (सा रे॒ ग॒ म म॑ ध॒) असा तर अवरोह (सां नि॒ ध॒ म॑ म ग॒ रे॒ ग॒ सा) असा आहे.

साधारणपणे रागात एका स्वराची दोन रूपे असल्यास आरोहात शुद्ध व अवरोहात कोमल स्वर घेतले जातात. उदा. शुद्ध सारंग, जोग, खमाज इ. मात्र या रागात आरोहात दोन्ही मध्यम व अवरोहात दोन्ही मध्यम आहेत. हे स्वरूप ध्यानात घ्यावे लागते.

● वादी-षड्ज, संवादी मध्यम, न्यास-गांधार, शुद्ध मध्यम, धैवत

रागस्वरूप

सा रे॒ग॒ सा ध॒ नि॒ ध॒ , ध॒ सा , सा रे॒ ग॒ म ग॒ रे॒ग॒ सा , सा रे॒ ग॒ म म॑ म ग॒ रे॒ग॒ सा , सा रे॒ ग॒ म म॑ ध॒ म॑ म , म॑ ध॒ सां ध॒ सां रें॒ग॒ सां ध॒ नि॒ ध॒ , ध॒ सां रें॒ ग॒ं सां रें॒ , सा रें॒ग॒ं सां सां ध॒ नि॒ ध॒ , ध॒ म॑ म ग॒ , रे॒ग॒ सा , रे॒ सा ध॒ नि॒ ध॒ , ध॒ ग॒ रे॒ग॒ सा

ताना

१) सा रे॒ग॒ , सा रे॒ग॒ म , सा रे॒ग॒ म म॑ ध॒ , म॑ ध॒ सां , ध॒ सा रे॒ं ग॒ं सां , रें॒ सा नि॒ ध॒ नि॒ ध॒ , म॑ म ग॒ रे॒ ग॒ सा

२) सा रे॒ग॒ म ग॒ रे॒ग॒ , सा रे॒ग॒ म म॑ म ग॒ रे॒ग॒ , सा रे॒ग॒ म म॑ ध॒ म॑ म ग॒ रे॒ग॒ सा

३) सा ग॒ रें॒ रें॒ , रें॒ ग॒ सा सा , सा ग॒ रें॒ रें॒ रें॒ म ग॒ग॒ , ग॒ म॑ म म , म॑ ध॒ म॑ म , म॑ सां ध॒ ध॒ , ध॒ रें॒ सां सां

'ऋतु' या रागनामामागे पर्यावरणाबद्दल संवेदनशीलतेची भूमिका आहे. ग्रीष्म ऋतूतले चैत्र, वैशाख, ज्येष्ठ हे महिने प्रचंड तापमानाचे असतात. सूर्य आग ओकत असतो. पाण्याची पातळी खाली जाऊन जमीन खूप तापते. कोरडा दुष्काळ पडलेला असतो. जमिनीला भेगा पडलेल्या असतात. त्यामुळे ही शुष्क जमीन पुढे येणाऱ्या वर्षाऋतूची वाट बघते. आषाढ, श्रावण, भाद्रपद या वर्षाऋतूत

मेहा (म्हणजे पाऊस) येईल व नेहा (म्हणजे स्नेह अथवा आनंद) वर्षाव होईल – अशी आशा बंदिशीतून व्यक्त झाली आहे.

रूपकातल्या बंदिशीचे शब्द पुढीलप्रमाणे आहेत –

ज्येठ में अगनी जले, सूरज से
सुखा कुआँ तापे धरती, पडा अकाल।
सूखा पडा, बोले धरती,
रितु आ, मेहा ला, नेहा ला।

छोट्या ख्यालात पंचमहाभूतांचा उल्लेख अंतऱ्यात आहे. निसर्गातली ही तत्त्वे मानून, सुन-सोच-अमल कर अशी आशा व्यक्त झाली आहे. या रागाचे नाव 'ऋतु' असे ठेवताना 'निसर्ग' (environment/nature) केंद्रस्थानी आहे.

काहे समझत नाही
मन की बात मानो
सुन सोच अमल कर बातें।
धरा जल अगनी तेज वायू
इन पाँच तत्त्व को मानो।

या रागाचे माझे गायन YouTube वर उपलब्ध आहे.[३१]

राग ऋतु

विलंबित रूपक ताल, लय अंदाजे 47 bpm

स्थायी

ज्येठ में अगनी जले सूरज से
सूखा कुँआ तापे धरती
पड़ा अकाल

			- - ध़ सा -	- रे ग रे	- सा - रे	ग रे - सा
			ऽऽज्येऽ	ऽठऽमे	ऽअऽग	ऽनीऽज
			४	५	६	७

सा - - -	- - सा -	रे ग म मं	म ग रे सा	-	- - सा -	- ध़ नि़ ध़
लेऽऽऽ	ऽऽसूऽ	रऽजऽ	सेऽऽऽ	ऽ	ऽऽसूऽ	ऽखाऽकु
१	२	३	४	५	६	७

सा	^नि^ध़	- - ध़ -	ग रे - -	- - सा रे	सा सा - -	- - - सा
आ	ऽ	ऽऽताऽ	ऽपेऽऽ	- - धऽ	रतीऽऽ	ऽऽऽप
१	२	३	४	५	६	७

सा रे ग म	रे - सा सा	सारे गम मं -	मग रेसा - -
डाऽऽऽ	ऽऽऽअ	काऽ ऽऽ ऽऽ	लऽ ऽऽ ऽऽ
१	२	३	४

अंतरा

सूखा पड़ा बोले धरती
रितु आ, मेहा ला, नेहा ला

					--सांऽ	ऽधनिध
					ऽऽसूऽ	ऽखाऽप
					६	७
सां	ध	--धसां	रेगंसांरें	ऽसांरेंसां	सां-सां-	-धनि-
डा	ऽ	ऽऽबोऽ	लेऽऽऽ	ऽधऽर	तीऽसूऽ	ऽखाऽप
१	२	३	४	५	६	७
सां	-	निध	धसां	रेंगंसांरें	-	सां
डा	ऽ	ऽ	बोऽ	ले	ऽ	ऽ
१	२	३	४	५	६	७
-रें-सां	सां	-	ध	--रेंसां	सां-निध	-धनिध
ऽधऽर	ती	ऽ	ऽ	ऽऽरितु	आऽऽऽ	ऽमेऽहा
१	२	३	४	५	६	७
रे---	--रेग	रेसा--	निध--			
ला	ऽऽनेऽ	हालाऽऽ	ऽऽऽऽ			
१	२	३	४			

राग ऋतु

ताल एकताल, द्रुत लय अंदाजे 184 bpm

स्थायी

काहे समझत नाही
मन की बात मानो
सुन सोच अमल कर बात।

				ध़	-	ग	-	रे	सा	रेग	सारे
				का	ऽ	हे	ऽ	स	म	झऽ	तऽ
				२		0		३		४	
सा	-	सानि	ध़	सा	रे	ग	म	म॑	मग	रेसा	सा
ना	ऽ	ही	ऽ	म	न	की	ऽ	ऽ	बाऽ	ऽऽ	त
×		0		२		0		३		४	
सा	-	रे	-	सा	रे	ग	म	म॑	मग	रेसा	सा
मा	ऽ	नो	ऽ	म	न	की	ऽ	ऽ	बाऽ	ऽ	त
×		0		२		0		३		४	
सा	सा	सा	रे	ग	म	म॑	ध	सां	सां	सांध	म॑म
सु	न	सो	ऽ	च	अ	म	ल	क	र	बाऽ	ऽऽ
×		0		२		0		३		४	
धम॑	मग	म॑म	गरे								
ऽऽ	ऽऽ	ऽऽ	तऽ								
×		0									

अंतरा

धरा जल अगनी तेज वायू
इन पाँच तत्त्व को मानो

					मं	|	ध	-	|	सां	सां	|	रेगं	सांरें
					ध	|	रा	ऽ	|	ज	ल	|	अऽ	गऽ
							0			३			४	
सां	-	|	ध	-	|	,	मं	|	ध	-	|	सां	सां	|	रेंगं	सांरें
नी	ऽ	|	ऽ	ऽ	|	,	ध	|	रा	ऽ	|	ज	ल	|	अऽ	गऽ
×			0			२			0			३			४	
सां	-	|	-	-	|	धसां	रेगं	|	सां	रें	|	-	सां	|	ध	धगं
नी	ऽ	|	ऽ	ऽ	|	तेऽ	ऽऽ	|	ज	वा	|	ऽ	यु	|	इ	नऽ
×			0			२			0			३			४	
रें	-	|	सां	रें	|	-	सां	|	सांनि	ध	|	-	-	|	निध	मंम
पा	ऽ	|	च	त	|	ऽ	त्व	|	को	-	|	-	-	|	माऽ	ऽऽ
×			0			२			0			३			४	
धमं	मग	|	मंम	गरे	|											
ऽऽ	ऽऽ	|	ऽऽ	नोऽ	|											
×			0													

राग अनूप

मध्यप्रदेशातल्या माळवा प्रांतात गायली जाणारी एक लोकधुन आहे. सामूहिक स्वरात स्त्रिया हे लोकगीत गात होत्या. या गीताच्या धुनवर/स्वरांवर आधारित हा धुनउगम राग आहे. त्या गीताचे सुरुवातीचे शब्द असे होते –

बेणा जो पिताजी गंगाजी गया जो
क्यो भयो दिलडो उदास, म्हाने

नि़ नि़ – | सा – | रे – || सा रे सा | सा – | सा –
सा सा – | ग – | – || ग म ग | म प | – –
म प – | म – | ग – || सा ग – | म – | प –
म ग – | रे – | सा – || सा – – | – – | – –
ग रे – | सा – | नि़ –

असे या लोकगीताचे स्वर आहेत.

चलन – नि़सारेसा , सागमप मग , रेगमगरेसा , गरेनि़

आरोह – नि़ सा ग म प, सां निसां

अवरोह – सांनि, पमग, रेगमग, रेसा

- आरोहात सागमप असा रिषभ वर्ज्य करावा, मात्र रेगमग असा रिषभ घ्यावा. (बागेश्रीत साग, रेगमग असा आधी रे टाळून नंतर घेतला जातो त्याप्रमाणे)
- नि़सागमप व पमगरेसानि़ असे मंद्र सप्तकातले उत्तरांग व मध्य सप्तकांचे पूर्वांग असे धुनचे स्वरूप आहे. मध्य सप्तकाचे उत्तरांग व तार सप्तकाचे पूर्वांग यात निसांगंमंपं व पंमंगंरेंसांनि अशी पुनरावृत्ती अपेक्षित आहे. आवाज धर्मानुसार नि सां, गं रें नि , सांगं सांगंमं गं सांरेंसां अशा स्वरसंगती घ्याव्या.
- मध्य सप्तकातले स्वरूप सागमप आणि मगरेसा असे असले तरी सुरुवात व शेवट निषादाने करावा. ग्रह व न्यास स्वर निषाद ठेवावा. (यमनात निषादाने सुरुवात केली जाते त्याप्रमाणे)

नि̣ऽऽ सागम प , म ग रे सा , ग रे सा नि̣

- वादी गांधार, संवादी कोमल निषाद

पाच स्वर मूळ लोकधुनेतही आहेत. त्यामुळे त्या लोकधुनेत आणखी स्वर टाकण्याची आवश्यकता पडली नाही. नि̣सागमप असे सलग स्वर धुनमध्ये होते.

सांनिपमग असा अवरोह तिलंग अथवा जोग रागाशी साम्य दाखवतो. त्यामुळे ते टाळण्यासाठी सांनिऽऽ असा न्यास ठेवून त्याला पमग जोडावे. अथवा निषादावर न्यास करावा

आरोहात रिषभ वक्र, धैवत वर्ज्य. आरोह व अवरोह धैवत वर्ज्य असल्यामुळे या रागाची जाती वक्र षाडव-षाडव राहील.

- या रागात निषाद कोमल आहे. आरोहात शुद्ध गांधार व अवरोहात दोन्ही गांधार आहेत. बाकी स्वर शुद्ध आहेत. स्वरांची ठेवण अशी आहे -

१) षड्ज - नि̣ सा , रे ऽ सा

२) रिषभ - सा रे ऽ , मग ऽ सा रे , ग रे सा
असा आरोही व अवरोही दोन्ही तऱ्हेने न्यास आहे.
रिषभ दीर्घ करून षड्जाच्या बारीक स्पर्शाने सोडला जातो.

३) कोमल गांधारावर न्यास नाही फक्त ग रे नि̣ या संगतीत कोमल गांधार आहे.

४) शुद्ध गांधार साग व मग अशा दोन्ही तऱ्हेने शुद्ध गांधारावर न्यास आहे.

५) मध्यम - न्यास नाही

६) पंचम - सागमप असा न्यास आहे. मात्र निप असा न्यास टाळावा. कारण त्यामुळे जोग रागाचा भास होतो.
मंद्र निषाद ते पंचम हा एक टप्पा व मध्य निषाद ते तार सप्तक असा दुसरा टप्पा मानावा. आरोह व अवरोह दोन्हीत पंचम व निषाद हे दोन स्वर एकमेकांशी शक्यतो जोडू नये.

७) धैवत - वर्ज्य आहे.

८) निषाद - निषाद ग्रह व न्यास स्वर आहे. कोमल गांधाराबरोबर गरेसानि̣ हा न्यास वैशिष्ट्यपूर्ण आहे.

मी ही लोकधुन ऐकली, त्यावेळी त्या स्त्रियांनी स्वर अथवा ताल वाद्य साथीला घेतले नव्हते. अत्यंत टिपेच्या स्वरात स्त्रिया गात होत्या. वरच्या पट्टीमुळे गायला त्रास होत होता; तेव्हा सुराला सूर जोडून मिसळवून, तो पुढे वाढवून एकसंध स्वराचा आभास या स्त्रिया निर्माण करीत होत्या. हे अतिशय आकर्षक

होते. ताल नसला तरी धुनेची ओळ व शब्द सात मात्रांच्या तालात बसावेत असे होते. मी बांधलेली बंदिश ठाय त्रितालात असली, तरी त्यात अंगभूत सात मात्रा स्पष्ट आहेत. प्रस्तुत बंदिशीत मूळ लोकधुनेचाच मुखडा वापरला आहे. या रागाचे माझे गायन YouTube वर उपलब्ध आहे.[३२]

ताना

१) ऩिसा, गरेसाऩि, सागरेसा ऩि सा, गमपम, गरेसाऩि सागरेसाऩिसा

२) सागमप मग रेगमग रेसा , पमप मग रेग रेगमग रेसा , गरेसाऩि

३) ऩिसागमप , गमपनिसां , निसागं , रेंगंमंगंरेंसां

गरेसांनि , पनिसांनिपमग , रेगमगरेसा , गरेसाऩि

राग अनूप

ताल त्रिताल – ठाय लय अंदाजे 47 bpm

स्थायी

क्यों भयो दिलडो उदास, म्हाने बतई दे
का मन डरत है,
काहूकी आस रहत जिया में सदा,
म्हाने बतई दे री

| | ,साग | ,गमप | – –मग | सारेसा |
| | ,क्योऽ | ,भयोऽ | ऽऽदिल | ऽडोऽउ |

३

| सा – सा – | ग रे नि – | सा ग– सारे नि सा– | ,साग ,गमप – –मग –सारेसा |
| दा ऽ स ऽ | म्हाऽ ने ऽ | ब तई देऽ रीऽ | ,क्योऽ ,भयोऽ ऽऽदिल ऽडोऽउ |

× २ ० ३

| सा – सा – | नि – सा रे | सा रे नि – | सा – सा – |
| दा ऽ स ऽ | काऽ म न | ड ऽ र ऽ | त ऽ है ऽ |

× २ ० ३

| सा ग ग – | गम ग मप म | मप म ग – | रेरे गमग रेसारे सा |
| का हू की ऽ | आऽ ऽ सऽ ऽ | रऽ ह त ऽ | जिया ऽऽऽ मे स |

× २ ० ३

| सा – – – | ग रे नि – | सा ग– सारे सानि |
| दा ऽ ऽ ऽ | म्हाऽ ने ऽ | ब तई देऽ रीऽ |

× २ ०

अंतरा

छोडो ये उदासी, जगत में
भऱ्यो है आनंद अपार, मानले

			नि नि ऽसां रेंसां
			छो डो ऽये ऽउ
			३
सां - सां -	सां नि ^{प}म	ग ग ग - रे	रे गम ऽग सारे
दा ऽ सी ऽ	ज ग त मे	भ ऱ्यो ऽ है	आ नंऽ ऽद ऽअ
×	२	०	३
सा - सा -	ऩि साग रे -	ऩि - - -	
पा ऽ र ऽ	मा ऽऽ न ऽ	ले ऽ ऽ ऽ	
×	२	०	

राग अनूप

द्रुत एकताल, लय अंदाजे 184 bpm

स्थायी

झरत मोर अखियाँ
बहे जाए अनवरत, का करू

नि़	नि़	साग	ग	ग	म	प	ग	रेसा	रे	सा	सा
झ	र	तऽ	ऽ	मो	ऽर	अ	खि	याँऽ	ऽ	ऽ	ऽ
×		0		२		0		३		४	
सा	साग	मप	ऽ	ऽ	ऽ	म	ऽ	ग	ऽ	रे	–
ब	हेऽ	ऽऽ	ऽ	ऽ	ऽ	जा	ऽ	ऽ	ऽ	ए	ऽ
×		0		२		0		३		४	
रे	गम	ग	रेसा	रे	सा	नि़	–	साग	रे	सा	नि़
अ	नऽ	ऽ	वऽ	र	त	का	ऽ	ऽऽ	ऽ	क	रूं
×		0		२		0		३		४	

अंतरा

बेचैन जिया होत
मनवा मोरा बनत नैनवा नित झरे

–	नि	–	सां	रेसां	सां	सां	–	–	रें	नि	–
ऽ	बे	ऽ	चै	ऽन	जि	या	–	–	–	–	–
०		३		४		×		०		२	
नि	–	–	सांगं	–	–	सांरें	–	–	सां	*	*
हो	ऽ	ऽ	ऽऽ	ऽ	ऽ	ऽऽ	ऽ	ऽ	त	ऽ	ऽ
०		३		४		×		०		२	
प	म	ग	रे	रे	रे	रे	गम	ग	गरे	सा	सा
म	न	वा	ऽ	मो	रा	ब	नऽ	त	नैऽ	ऽन	वा
०		३		४		×		०		२	
नि़	–	सागु	रे	सा	नि़						
ऽ	नि	तऽ	ऽ	झ	रे						
०		३		४							

टीप : * * हे चिन्ह विराम या अर्थाने वापरले आहे.

राग गोधूली

गोवा/कोकण प्रांतात गुढुल्या (गुडुल्या) गीत गायले जाते. पुरुष गायक एकटा हे गीत गातो. ते एकल गीत आहे. त्याला इतरांचा कोरस नाही. रामायणातल्या काही प्रसंगांचे वर्णन असलेले हे गीत आहे.

प्रकर्षाने जाणवलेले त्याचे वैशिष्ट्य म्हणजे प्रत्येक दोन ओळींनंतर तो आकारात काही स्वरावली गातो. ही स्वरावली त्या दोन ओळीत गायलेल्या स्वरांचे छोटे नेटके स्वरूप आहे. एखाद्या रागाची पकड असावी, स्पष्ट नेमके रागांग असावे किंवा चलन-गुंजन असावे - अशी ही स्वरावली आहे.

हे गीत गाताना साथीला कोणतेही वाद्य नाही. त्यामुळे या गीताचा षड्ज कोणता हे निश्चित सांगता येत नाही. वेगवेगळ्या स्वरांना षड्ज कल्पून केलेली स्वरलिपी अर्थातच त्यामुळे वेगवेगळी होते. मी पांढरी दोन ही पट्टी गृहित धरली व त्यानुसार स्वरलिपी केली आहे. पांढरी दोन हा सा गृहित धरण्यामागे वारंवार त्या स्वरावर होणारा न्यास, ओळीच्या शेवटचा न्यास व आकारयुक्त स्वरसंगतीचा न्यास ही प्रमुख कारणे आहेत.

या लोकगीतात गायक काही काव्य गाऊन व त्यानंतर एक आकारयुक्त स्वरसंगती घेत होते. पहिल्या कडव्यात ग रे सा ह्या स्वरांच्या आसपास काव्य गाऊन त्यांनी सा रे, रे ग रे सा असे आकारयुक्त स्वर घेतले. दुसऱ्या कडव्यात ते पंचमावर गेले. पंचमाच्या आसपास प म ग या स्वरांमधे त्यांनी अस्पष्ट काव्य गायले व ग म, म म॑, म ग या स्वरात आकारयुक्त स्वरसंगती गायली. तिसऱ्या कडव्यात नि ध म॑ या स्वरांभोवती अस्पष्ट काव्य व म॑ ध, ध ध, ध म॑ या स्वरांमधे आकारयुक्त स्वरसंगती घेतली.

प्रत्येक कडव्यात आधीच्या कडव्याच्या स्वरांशी कोमल गांधाराचा संवाद सापडत होता. त्यामुळे मी विचारपूर्वक आणखी एका प्रतिबिंबाची कल्पना केली. रें नि ध या स्वरात अस्पष्ट काव्य व ध नि, नि सां, नि ध ही आकारयुक्त स्वरसंगती जोडून पूर्ण सप्तक कवेत घेतले.

काव्य गातानाचे स्वर ग रे सा/प म ग/नि ध म॑/रें नि ध हे अत्यंत स्पष्ट, अस्थायी व अनियमित स्थानांवर होते. लोकधुनेला रागाचे रूप देताना मी ते वर्ज्य केले. फक्त आकारयुक्त स्वरसंगतीतील स्वरांच्या आधारे राग गोधूलीचा जन्म झाला आहे. या स्वरसंगती अशा आहेत.

१) सा रे, रे ग, रे सा

२) ग॒ म, म म॑, म ग
३) म॑ ध॒, ध॒ ध, ध॒ म॑
४) ध नि, नि सां, नि ध

आरोह – सा रे ग म, म॑ ध॒ ध सां
अवरोह – सां नि ध, म म॑ ध॒, ध॒ ध नि, ध ध॒ म म, ग रे सा

या रागात शुद्ध रिषभ, कोमल गांधार, दोन्ही मध्यम, दोन्ही धैवत व शुद्ध निषाद आहे. रागस्वरूप वक्र आहे, पंचम वर्ज्य आहे. जाति षाडव आहे. शुद्ध मध्यमावर न्यास आहे. ज्यामुळे रागाला स्थैर्य प्राप्त होते. शुद्ध मध्यम वादी व षड्ज संवादी स्वर आहे.

ओळींची सुरुवात आधीच्या ओळींच्या कोमल गांधारापासून आहे. म्हणूनच आकारयुक्त स्वरसंगतीमध्ये परस्परांचा कोमल गांधार सापडतो व लोकधुनेतून रागचलन स्पष्ट होते. Christian Goan Trade-mark [३३] असा ज्याचा उल्लेख केला जातो, त्या हार्मनीत पहिला स्वर मेलडी व दुसरा स्वर हार्मनी असतो. हा दुसरा स्वर वरचा तिसरा किंवा सहावा खालचा स्वर असतो. गुढुल्या गीतातही परस्परांचे कोमल गांधार (म्हणजे वरचा तिसरा स्वर) आहेत, ह्या गोष्टीची नोंद घ्यावी लागते.

रागात रिषभ शुद्ध, गांधार कोमल, दोन मध्यम, दोन धैवत व निषाद शुद्ध आहे. दोन्ही मध्यम व दोन्ही धैवत पाठोपाठ येतात. पंचम वर्ज्य आहे. त्यामुळे तंबोऱ्याची पहिली तार मध्यमात लावणे अपेक्षित आहे. एका स्वराची दोन रूपे पाठोपाठ येऊ नयेत – हा रागनियम येथे मोडला जातो. तसा तो अनेक धुनउगम रागात मोडलेला दिसतो.

सात स्वर व त्यापैकी षड्ज पंचम अचल व बाकी स्वरांची दोन रूपे असा बारा स्वरांचा विचार करण्याची पद्धत हिंदुस्थानी संगीतात आहे. त्यामुळे दोन रूपे पाठोपाठ घेऊ नयेत, असा नियम ग्राह्य आहे. मात्र बारा स्वरांचे स्वतंत्र स्थान मानल्यास अनेक रागांची निर्मिती होऊ शकते. हा विचार विस्ताराने होणे आवश्यक आहे. तो स्वतंत्र संशोधन विषय आहे. मात्र परंपरागत तसेच पं. कुमारगंधर्वांच्याही धुनउगम रागात एका स्वराची दोन रूपे पाठोपाठ दिसतात.

या रागाचे गुढुल्या ह्या शब्दाशी मिळतेजुळते म्हणून गोधूली असे नाव ठेवले आहे. या रागात दोन बंदिशी रचल्या आहेत. झपतालातील बंदिशीत सा रे, रे ग॒,

रे सा या स्वरसंगतीची प्रतिबिंबे स्पष्ट दिसतात. दादरा तालातील बंदिश उपशास्त्रीय वळणाची आहे. गाण्याच्या अखेरीस लग्गी लावून सौंदर्य वाढते. याचे माझे गायन यू ट्यूबवर उपलब्ध आहे.[३४]

राग गोधूली – ताल झपताल

स्थायी – काहे जले जिया, जानू ना अब तो
अंतरा– मैं तो समझाय हारी

स्थायी

सा	रे	ग	–	रेसा	ग	मर्म	म	–	ग
का	ऽ	हे	ऽ	ऽऽ	ज	लेऽ	ऽ	ऽ	ऽ
×		२			०		३		

मं	धध	ध	–	मं	ध	निसां	नि	–	ध
जि	याऽ	ऽ	ऽ	ऽ	जा	नूऽ	ना	ऽ	ऽ
×		२			०		३		

म	मंध	मं	धध	ध	धनि	धधर्मम	ऽग	ऽरे	ऽसा
अ	ऽऽ	ऽ	ऽऽ	ऽ	ऽऽ	बऽऽऽ	ऽतो	ऽऽ	ऽऽ
×		२			०		३		

अंतरा

							–	–	ध
									मैं
						०			

निसां	निसां	धनि	ध	धनि	धनिसारेंगं	–	रें	–	सां
तोऽ	ऽऽ	ऽऽ	ऽ	सम	झाऽऽऽऽऽ	ऽ	ऽ	ऽ	य
×		०			२		०		

रेंसांनिध	–म	मंध	मं	धध	धधनि	धधर्मम	ग	–	सारे
हाऽऽऽ	ऽऽ	ऽऽ	ऽ	ऽऽ	ऽऽऽ	ऽऽऽऽ	ऽ	ऽ	रीऽ
×		०			२		०		

राग गोधूली (दादरा)

ताल दादरा

स्थायी – कित गए बादरवा, नाही सहे बिरहा तोरा अब
अंतरा – रूठो नाही आन मिलो अब, नाही सहे बिरहा तोरा अब

स्थायी

सा	ग॒रे॒	मग॒	म॑म	म॑	म	म	–	–	–	–	–
कि	तऽ	ऽऽ	ऽऽ	ऽ	ग	ए	ऽ	ऽ	ऽ	ऽ	ऽ
×			0			×			0		
म	–	म॑ध॒	ध॒	म॑	म	ग॒	–	–	सारे॒	–	–
बा	–	ऽऽ	ऽ	द	र	वा	ऽ	ऽ	ऽऽ	ऽ	ऽ
×			0			×			0		
सा	रे	ग॒	–	रे॒सा	–	–ग॒	मम॑	म॑	–	मग॒	–
ना	ऽ	ही	ऽ	ऽऽ	ऽ	ऽस	ऽऽ	हे	ऽ	ऽऽ	ऽ
×			0			×			0		
–म॑	ध॒ध॒	ध	–	ध॒म॑	–	–ध	निसां	सां	–	निध	–
ऽबि	रऽ	हा	ऽ	ऽऽ	ऽ	–तो	ऽऽ	रा	ऽ	ऽऽ	ऽ
×			0			×			0		
म	म॑ध॒	ध	–	ध॒म॑	म	ग॒	–	(सा)रे	–	सा	–
अ	ऽऽ	ऽ	ऽ	ऽब	ऽ	तो	ऽ	रा	ऽ	ऽ	ऽ
×			0			×			0		

अंतरा

–	–	ध	–	नि	–	सां	–	–	नि	–	ध
		रू	ऽ	ठो	ऽ	ना	ऽ	ऽ	ऽ	ऽ	ही
×			0			×			0		
ध	सांनि	रेंसां	ग॒ंरें	मंग॒ं	––	रें	–	–सां	सां	रेंसां	निध
आ	ऽऽ	ऽऽ	ऽऽ	ऽऽ	ऽऽ	ऽ	ऽ	ऽन	मि	लोऽ	ऽऽ
×			0			×			0		
म	म॑ध॒	–	म॑	ध॒ध	–	ध॒	धनि	–	ध	ध॒	म॑म
अ	ऽ	ऽ	ऽ	ऽ	ऽ	ऽ	ऽ	ऽ	ऽ	ऽ	ऽ
×			0			×			0		
ग॒	–	–	सारे	–	–						
ऽ	ऽ	ऽ	ऽऽ	ऽ	ऽ						
×			0								

कुमारांच्या माळव्यात

लहानपणापासून मी कुमारगंधर्वांच्या गाण्यांवरच वाढले. तिसरी–चौथीत असतानाची गोष्ट. वडिलांनी 'निमोरी का', 'ये तो मान लेरीमा' आणि 'यला याल यला' हा तराणा असलेली एक कॅसेट आणली होती. ('बंदिश' हा शब्द तेव्हा आम्हाला माहीत नव्हता.) त्या कॅसेटमधली सगळी गाणी आम्हा भावंडांना एकानंतर एक पाठ होती. त्यांचा क्रम बदललेलाही आम्हाला चालत नसे. आमच्यासाठी ती संपूर्ण कॅसेट म्हणजे जणू एक रागमाला होती.

पुढे मी गाणं शिकू लागले आणि कुमारांच्या गायकीतल्या अनेक छटा माझ्यासमोर उलगडू लागल्या. कुमारजींच्या गायकीबरोबरच त्यांच्या बंदिशींमधून दिसणारा माळव्यातला निसर्ग मला मोहवायचा. कुमारजींनी लोकसंगीतावर बेतलेले धुनउगम राग ऐकायला खूप आवडायचे. मंगल दिन आज, मुख बनडारा चंदासा, कंथा रे जानू या बंदिशी माझ्या परिचयाच्या होत्या. खरं तर हिंदुस्थानी शास्त्रीय संगीतातल्या बंदिशींचे काव्यविषय फारच मर्यादित असतात. शृंगार आणि भक्ती हे मुख्य विषय. पिया, कान्हा ही प्रेमळ पात्रं, सासू–नणंद व दौरानी–जेठानी या खलनायिका असतात. बंदिशींमधल्या शब्दांमध्येही फार फरक दिसत नाही. त्या पार्श्वभूमीवर कुमारांच्या बंदिशींमध्ये मात्र निसर्ग रसरसून येतो.

टेसूल बन फुले रंग छाये
भंवर रस लेत फिरत मदभरे

किंवा

फैर आई मौरा अंबुवा पे
अजब गोलाई बनायो रंगायो

किंवा

रूखवा तले आया, बेठा बटमारा
तपना करी बुझाओ

या शब्दांमध्ये येणारं निसर्गाचं वर्णन आपल्याला थेट माळव्यात घेऊन जातं. जसं निसर्गाचं, तसंच लोकसंगीताचंही. कुमारांच्या गाण्यावर लोकसंगीताचा प्रभावही नेहमीच जाणवतो. लोकसंगीतावर आधारित धुनउगम रागांची निर्मिती त्यांनी कशी केली, याबद्दल मला कायमच उत्सुकता वाटत आली आहे. त्यामुळे माळव्यात जावं आणि कुमारांच्या गाण्यात उतरलेला निसर्ग प्रत्यक्ष पाहावा, तिथलं लोकसंगीत अनुभवावं – असं मला नेहमी वाटायचं. 'मालवा की लोकधुनें' आणि 'गीतवर्षा' अशा प्रयोगात्मक कार्यक्रमांमधून जाणवलेलं लोकधुनांशी असलेलं त्यांचं नातं समजून घ्यायचं होतं. त्यांच्या बंदिशींमधून दिसणारे माळव्यातल्या ऋतूंचे रंग मला प्रत्यक्ष अनुभवायचे होते.

ला दे बिरा म्हाने चुनरी
हूं जाय पेरांगा सासरियामें
घुंघट खोल दिखावूं, सान म्हाने पियासो ।।
ऐसी वैसी नी लावो, बीरा म्हाने चुनरी
लावो तो लावो बांधे म्हारा पचरंग पाग (राग केदारनंदा)

या बंदिशीत असलेल्या उत्कट मनस्वी नात्याची पार्श्वभूमीही मला बघायची होती. त्यांच्या गाण्यात आवाजाचे वेगवेगळे लगाव आहेत. त्यात 'फोर्से स, मॉड्युलेशन्स, व्हॉल्युम'चा विचार आहे. त्यात आवाजाची फेक, खींच, पुकार यांचा वापर आहे. या सगळ्याचा संबंध लोकसंगीताशी आहे का, हेही मला तपासायचं होतं. एकूणच माळव्याची भूमी आणि कुमारगंधर्व यांचं नातं माझ्यासाठी कुतूहल बनून राहिलं होतं.

ते कुतूहल शमवण्याची संधी अखेर या वर्षी चालून आली. देवासच्या 'महाराष्ट्र समाजा'तर्फे मला गाण्याच्या कार्यक्रमाचं आमंत्रण आलं. 'कुमारांच्या देवास'मध्ये गायला मिळणार, या कल्पनेने मी हरखून गेले. शिवाय त्या निमित्ताने माळव्यामध्ये कुमारांच्या गाण्याची पाळंमुळं शोधत फिरण्याची माझी इच्छाही पूर्ण

होणार होती.

नागपूरहून बसने सकाळी सहाच्या सुमारास मी इंदोरला पोचले. तिथून पुढच्या प्रवासात माझ्याइतकाच कुमारप्रेमी असलेला माझा भाऊ योगेश गोखले सोबत असणार होता. खरं तर तो गेली चार वर्षं नोकरीनिमित्त देवासमध्ये होता, पण त्याला अजून 'कुमारांचं देवास' गवसत नव्हतं. त्यामुळे अनेक सांगीतिक विचारांची जन्मभूमी आणि प्रयोगांची कर्मभूमी असलेल्या देवास शहराची 'सांगीतिक सैर' करण्यासाठी आम्ही दोघंही खूप उत्सुक होतो.

शून्य गढ शहर, शहर घर बस्ती
कौन सोता कौन जागे रे
लाल हमरे हम लालन के
तन सोता ब्रह्म जागे रे ।।

कुमारांनी गायलेल्या निर्गुणी भजनांच्या अनोख्या परंपरेचं उगमस्थान असलेलं देवास कसं सामोरं येतं, याचीही आम्हाला प्रतीक्षा होती. इंदोरहून देवास हा जेमतेम पन्नास किलोमीटरचा रस्ता. क्षिप्रा नदीवरचा पूल, इंदोर-देवास सीमारेषा जाणवू न देणारी हॉटेलं, ढाबे, औद्योगिक क्षेत्र सगळं आमच्या गप्पांमध्ये मागे गेलं. रस्त्याच्या दुतर्फा घरं, शासकीय इमारती आणि सयाजी द्वार दिसू लागलं. पण या सगळ्याकडे 'वाटेतल्या गोष्टी' याच भूमिकेतून बघितलं जात होतं. कारण आमचं लक्ष्य वेगळं होतं.

देवासमध्ये शिरताना खूप लांबूनच टेकडी दिसायला लागते. 'माताजी की टेकडी'वर माँ तुळजाभवानी आणि चामुंडा मातेचं देऊळ आहे. बडी माताजी आणि छोटी माताजी ही देवासची ग्रामदैवतं. पण आमचं मन कळसापेक्षा पायथ्याकडेच धाव घेत होतं. 'भानुकुल', माताजी का रास्ता, देवास (म.प्र.) हा पं. कुमारगंधर्वांचा 'अनूपरागविलास' या त्यांच्या पुस्तकातला पत्ता मला तोंडपाठ होता. देवास हे तीर्थक्षेत्र, 'भानुकुल' हे देऊळ आणि कुमारगंधर्व हे कुलदैवत - अशी भावना माझ्या मनात होती.

त्यामुळे देवासमध्ये पोचल्यावर ताबडतोब भानुकुलाकडे गेले. सकाळचे आठ वाजले असावेत. शांतपणे भानुकुल न्याहाळलं. मे महिन्यातली सकाळ, त्यामुळे उन्हं तापायला सुरुवात झाली होती. सूर्यप्रकाशात भानुकुल उजळून निघालं होतं. घराबाहेरचे वृक्ष सावली देत होते. फाटक, फाटकावरची पाटी, नावाचा दगड, आतली झाडं, गुलमोहोर-रिठ्याचे वृक्ष सारे ओळखीच्या खुणा

पटवून देत होते. दारातलं बकुळीचं झाड, आजूबाजूच्या वेली, कुंड्या, पितळी पॉट्स, तुळशीवृंदावन, हाताने वाजवायची पितळी घंटा, लिहायची पाटी - सगळं ओळखीचं वाटत होतं. कुमारगंधर्व आणि वसुंधराबाईंच्या सौंदर्यदृष्टीने सजलेलं ते घर आजवर कधीही बघितलेलं नसूनही माझ्यासाठी नवं नव्हतं. कुमारगंधर्वांवरचे लेख, फोटो, त्यांच्या लिखित आणि दृक्श्राव्य मुलाखती, फिल्म्स, त्यांच्या संपर्कातल्या लोकांचं लेखन-संभाषण, वसुंधराबाईंचं लेखन या सगळ्यांतून त्यांच्या घराबद्दलचे उल्लेख यायचे. माझ्याकडून ते सारे उल्लेख नकळत जपून ठेवले गेले आहेत, हे मलाही माहिती नव्हतं. या वास्तूतल्या प्रत्येक वस्तूला कुमारस्पर्श होता. झाडांचं मूळ, बांधलेला बुंधा, चढवलेले वेल यांना कुमारांचा आधार असेल. या झाडांजवळ कुमार रमले असतील. इथे प्रश्न उकलले असतील. गुंता सुटला असेल, सूत्रं गवसली असतील. रमण्याचे आणि विसावण्याचे थांबे या अंगणात असतील. घराकडे, जीवनाकडे किंवा गाण्याकडे त्रयस्थ-तटस्थपणे बघण्याच्या त्यांच्या जागा या अंगणात असतील, असं जाणवत होतं.

कुमारांच्या वास्तव्याने भारलेली ती वास्तू मी आधी बाहेरूनच मनसोक्त न्याहाळली. वेगवेगळ्या प्रोफाइल्सनी बघितली. पॉज घेऊन वेगवेगळ्या अँगल्समधून पाहिली. कितीतरी वेळ उभं राहून, नंतर कुठे तरी टेकून रमत-गमत ती बघायला संकोच वाटत नव्हता. देवास मला जवळचं वाटत असलं, तरी या शहरासाठी मी परकीच होते. कुमारांच्या कन्या कलापिनी आणि नातू भुवनेश हेच दोघे मला ओळखत असावेत. पैकी कलापिनी व्हरांड्यातच चहा घेत पेपर वाचत बसल्या होत्या. मी संध्याकाळच्या माझ्या कार्यक्रमाची पत्रिका त्यांना दिली आणि त्यांच्याबरोबर 'देवळातला देव्हारा' म्हणजे कुमारगंधर्वांची खोली बघितली. ती खोली कुमारजी-वसुंधराबाई असताना जशी असावी तशीच जपलेली आहे. टेबललँप, दिवाणजी वापरतात त्यासारखं लाकडी बाकडं, चौरंग, पलंग, त्यावरच्या मच्छर-दाणीच्या काड्या, अंजनीबाईंचा फोटो, तंबोरे - सारं काही जसंच्या तसं होतं. फक्त कुमार आणि वसुंधराबाईंचं अस्तित्व तसबिरींमधून जाणवत होतं, एवढाच काय तो फरक. भानुकुल डोळ्यांत साठवून परतताना दारातल्या बकुळीची फुलं उचलली, 'अनूपरागविलासा'त ठेवायला.

सयाजीद्वार हा देवासचा मुख्य दरवाजा. पुढचा आठवडाभर हा आमच्यासाठी संदर्भबिंदू होता. या सयाजीद्वारासमोरच्या 'इंडियन कॉफी हाऊस'मध्ये बसूनच आम्ही रोज सकाळी दिवसभराचे प्लॅन्स आखायचो. सगळ्या मीटिंग्ज इथेच

व्हायच्या. अंतरं मोजायची ती इथूनच. दिशा शोधायच्या त्या इथूनच.

पहिल्याच दिवशी सयाजीद्वारातून आत शिरून आम्ही जुन्या गावात चक्कर मारली. बाजारपेठ, मल्हार मंदिर असं करत करत मल्हार संस्थानात डोकावलो. तिथे धगधगती पेटती धुनी होती. काही भाविक पूजा करत होते. धूर पसरला होता. मागे एक महालवजा पडका वाडा होता. आजूबाजूला बरीच झाडं होती. भरपूर बेलफळं लगडलेल्या झाडांना वळसा घालून आसपास भटकत असताना वाड्याच्या मागच्या झोपडीवजा घरातून एक म्हातारी स्त्री बाहेर आली. तिचं नाव ग्यारसीबाई. चेहरा विद्रूप, हाताला व्यंग आलेलं, डोळे अन् दातांनी केंद्ररेषा गमावलेली. रूप काहीसं ओबडधोबड असलं तरी तिच्याकडून आम्हाला निर्गुणी भजनं ऐकायला मिळाली.

गुरुजी जहाँ बैठू वहा छाया जी
सोही तो मालिक नजरा में आया जी

मेमधल्या उन्हाळ्यात झाडाखाली उभ्या उभ्या ग्यारसीबाई हे निर्गुणी भजन ऐकवत होत्या. 'जहाँ बैठू'ची खींच, फेक सही सही कुमारांचीच! 'छाया जी'वर कोसळण्याचा अंदाजही थेट कुमारांसारखाच! ग्यारसीबाई आता थकल्या आहेत, पण लगाव तोच. ग्यारसीबाई आणि त्यांचे पती या परिसरात स्वच्छतेचं काम करायचे, झाडू मारायचे. या परिसरात येणाऱ्या साधू-फकिरांची भजनं त्यांच्या कानावर पडायची. 'कुमारगंधर्व यहाँ आते थे। बाकी साधु-फकीर-जोगी भी आते थे। तब ये भजन गाया जाता था। हमने सुना है।' असं सांगणाऱ्या ग्यारसीबाईने सुना-नातवंडांच्या गोतावळ्यात बसून आणखी काही भजनं ऐकवली आणि जाताना चक स्वत:च्या निर्गुणी भजनांची सीडीही हातावर ठेवली; तेव्हा देवासच्या सुरील्या भूमीमध्ये काहीही घडू शकतं, यावर आमचा विश्वास बसला.

संध्याकाळी माझं गाणं होतं. तबल्याच्या साथीला अनूप पवार आणि हार्मोनियमवर उपकार गोडबोले होते. इंदोरच्या उल्हास राजहंस आणि दीपक गरुड यांचे हे शिष्य. कार्यक्रमात सुरुवातीला रागेश्री, त्यानंतर 'लादे बिरा' हा कुमारांचा केदारनंद आणि त्याला जोडून केदारातलं 'मैं गाऊं पद गाऊं' हे पद, मराठी अभंग आणि शेवटी 'गगन घटा गहरानी' हे भैरवीतलं निर्गुणी भजन - असा माझा बेत होता. अनूपने 'मैं गाऊं'च्या वेळी वसंतराव आचरेकरांच्या ढंगाने वाजवून बहार आणली. ('अनूप' या कुमारगंधर्वांच्या संस्थेची आठवण म्हणून त्याच्या वडिलांनी त्याचं 'अनूप' हे नाव ठेवलंय.) कार्यक्रमाच्या निमित्ताने देवासच्या

श्रोत्यांची ओळख झाली. कार्यक्रमानंतर जेवताना गाण्याबद्दल अन् देवासबद्दल चर्चाही झाल्या.

देवासमधल्या टेकडीच्या दुसऱ्या बाजूला आणखी एक धुनी आहे. 'शीलनाथ धुनी' असं त्याचं नांव. शीलनाथ महाराजांची धुनी हे निर्गुणी गायनपरंपरेचं उगमस्थान आहे, असं वाचलं होतं. मुख्य रस्त्याने गेल्यास माताजी मंदिर लागतं. त्याच बाजूला पायथ्याशी 'भानुकुल' आहे आणि विरुद्ध दिशेला ही धुनी आहे. नाथपंथीयांचं हे श्रद्धास्थान. इथे नाथपंथीय साधू एकत्र यायचे, वास्तव्याला असायचे. रात्रभर धुनी धगधगत असायची आणि निर्गुणाची उपासना करणारे हे साधू धुंदीमध्ये त्यांच्या खास शैलीत भजनं गायचे, असे उल्लेख आहेत. कुमारगंधर्वांच्या सांगीतिक योगदानातला महत्त्वाचा भाग म्हणजे त्यांनी गायलेली निर्गुणी भजनं. या भजनांमागची प्रेरणा म्हणजे ही धुनी. सगुण-साकार भक्तीची रीत वेगळी आणि निर्गुण-निराकाराच्या उपासनेची रीत वेगळी आहे. निराकाराचा खुला बाज, स्वरांची मोकळी फेक, पुकार, खींच, आवर्ताच्या धुंदीतून येणारे वेगळे स्वर लगाव, स्वरांचा वेगवेगळा दर्जा, ही सगळी निर्गुणी गायकीची वैशिष्ट्यं आहेत. गजर, लग्गी, तोड, आड अशी कर्मकांडं नाकारणारी निर्गुण गायकी एकसुरी परंतु उदात्त, भव्य-गूढ आकृती उभारते.

या शीलनाथ धुनीजवळ आमची माधवानंदस्वामीजींशी भेट झाली. रायपूरच्या भारतीने फोनवरून त्यांच्याशी बोलून ठेवलं होतं. त्यामुळे उज्जैनमध्ये कुंभमेळा सुरू असतानाही ते आम्हाला भेटू शकले. गंमत म्हणजे निर्गुणी निराकाराची उपासना करणाऱ्या माधवानंदस्वामींनी आमच्याकडून धुनीतली पूजा, नारळ अर्पण करणं, त्रिशूलाला हार अर्पण करणं हे सोपस्कार रीतसर करवले.

पण माधवानंदस्वामींबरोबर तिथल्या गर्भगृहात बसून निर्गुणी भजन गाण्याचा अनुभव अलौकिक होता.

गंगा न जाउंजी, जमुना न जाउंजी मैं
ना कोई तीरथ न्हाउंजी
अडसठ तीरथ हैं घट भीतर
वाही में मन मल न्हाउंजी
गुरुजी मैं तो एक निरंजन ध्याउंजी

(संत मच्छिंदरनाथ)

माझ्या मनातलं निर्गुण निराकाराचं रूप तिथे साकार होत होतं.

सुनता है गुरुग्यानी
गगन में आवाज हो रही
झीनी झीनी झीनी

(संत कबीर)

लोकसंगीत आणि शास्त्रीय संगीत हे दोन भिन्न सांगीतिक बाज आहेत. दोन्ही समांतर आहेत, स्वतंत्र आहेत. दोन्हींना शतकानुशतकांची परंपरा आहे, दोन्हींचे उगम प्राचीन आहेत. दोन्हींना मूलतः मौखिक परंपरा आहे. ही परंपरा जपण्याचं मोल मोठं आहे. दोन्हींचे गायक स्वयंपूर्ण आहेत, स्वयंकेंद्री आहेत. परंतु शास्त्रीय संगीतातल्या काही रागांची मुळे लोकसंगीतात आहेत, असं मानलं जातं.

हे खरं आहे का ? तसं असेल तर लोकधुनांमधून निर्माण झालेल्या धुनउगम रागांची निर्मितिप्रक्रिया काय आहे, लोकधुन व धुनउगम राग यात काय साम्य-भेद आहेत – याचा मी अभ्यास करत होते. देवासमध्ये येण्यामागचे एक कारण तेही होतं. लोकधुना ऐकायच्या, त्यातल्या रागनिर्मितीच्या शक्यता पडताळायच्या, 'रागत्व' प्राप्त होण्यासाठी त्या धुनांवर काय संस्कार करावे लागतील याचा विचार करायचा, असं काम सुरू होतं. माझा उद्देश स्पष्ट असला, तरी मार्ग मात्र स्पष्ट होत नव्हता. इंटरनेटवर लोकसंगीत उपलब्ध आहे. ध्वनिमुद्रिकाही सापडतात. आकाशवाणीने ते जपलं आहे. लोककला महोत्सवांमध्ये लोकगीतं-लोकनृत्य यांची रेलचेल असते. मला मात्र शक्यतो ही साधनं वापरायची नव्हती. श्रोत्यांच्या उपस्थितीत गाताना कलाकाराला सादरीकरणाचं भान ठेवावं लागतं. या भानामुळे स्वान्तःसुखाय आत्ममग्नता मात्र हिरावली जाते. मला माझ्या अभ्यासासाठी शुद्ध, असंस्कारित रांगड्या लोकधुना हव्या होत्या. त्यासाठी छोट्या गावांमध्ये जावं लागणार होतं.

यासाठी मला मदत केली रितूने. रितू व्यास ही माझी देवासमधली नवी मैत्रीण. ती एसएनएस फाउंडेशनमध्ये काम करते. सेल्फ हेल्प ग्रुपच्या माध्यमातून देवासच्या आसपास अनेक खेड्यांमध्ये तिचं काम आहे. तिथल्या महिलांशी तिचं नातं तयार झाल्यामुळेच मला या महिलांच्या जगात प्रवेश मिळाला. शिवाय योगेश नाबार्डमध्ये डी.डी.एम. म्हणून काम करत असल्याने त्याचेही खेडोपाडी संपर्क होते. या दोघांमुळे पुढच्या आठवडाभरात माझ्यासमोर माळव्यातल्या

लोकगीतांचं एक सुरेल दालनच उलगडलं.

माळवा हा लोकसंगीतासाठी अतिशय समृद्ध प्रांत मानला जातो. या प्रांतातल्या लोकधुनांवर आधारित कार्यक्रम कुमारगंधर्वांनी केले होते. परबात्या, सतीमाता, पूर्वज, गणगौर, घोडी, बघावा, बना, जमई, जच्चा, बीरा, संजा इ. चोवीस लोकगीत प्रकारांचा समावेश त्यांच्या 'मालवा की लोकधुनें' आणि 'गीतवर्षा'सारख्या कार्यक्रमांमध्ये असायचा. माळव्यातले सण, समारंभ, चालीरीती, रूपकं कुमारजींच्या बंदिशींच्या काव्यात असायची. एरवी बंदिशी अवधी, ब्रज या बोलीभाषांमध्ये असतात; पण कुमारजींनी माळवी बोली वापरून बंदिशींच्या काव्यात नवं साहित्य आणलं. या माळवा प्रांतातल्या लोकधुनांवर आधारित मधवा, मालवती, संजारी, निंदियारी, अहिमोहिनी असे अनेक राग त्यांनी बनवले आहेत.

लोकसंगीत आणि शास्त्रीय संगीत यांचा परस्परसंबंध स्पष्ट करणारा हा माळवा प्रांत. पण तिथल्या गावांतल्या, खेड्यांतल्या महिलांपर्यंत पोचणं अवघडच होतं. कुणी एखादं नाव सुचवावं आणि मग तिच्याकडे जाऊन भेटावं, हा मार्ग जवळजवळ अशक्यच होता. घराघरांत जाऊन 'तुम्ही गाता का ?' असं विचारणं दुरापास्तच होतं. अशी किती आणि कोणती घरं निवडणार ? शिवाय छोट्या गावातल्या स्त्रिया तशा लाजाळू असतात. एकेकटीने गातील एवढ्या त्या धीट नसतात. सगळेच प्रश्न मोठे होते. पण रितू आणि तिच्या अनिता-संगीता या दोघी सहकाऱ्यांनी माझा हा प्रश्न सोडवला. या तिघींनी मी पोहोचण्याआधीच गावातल्या महिलांशी संपर्क साधला होता. मी गेल्यावर त्यांनी वेळ ठरवली आणि आम्ही निघालो.

जिथे जाऊ, तिथे रितू बायकांना म्हणायची, ''बस्, आपको अपने पुराने पुराने गाने सुनाने हैं। फिल्मी नहीं चाहिये। जितने पुराने हो उतना अच्छा। जितने भी, जैसे भी आते हैं उतने सुना दे।'' असा रितूचा प्रेमळ आदेश अन् आग्रह गावातल्या महिलांना खुलवत गेला.

आम्ही सगळ्यात पहिल्यांदा गेलो ते टोंकखुर्द तालुक्यातलं एक छोटंसं गाव होतं. एक मोकळं पटांगण आणि त्याला लागून एक शाळा होती. शाळेच्या परिसरात एक खोली होती. पूर्ण मोकळी. डोक्यावर पत्र्याचं छत. वर एक पंखा गरगरत हवा देत होता, मात्र बाकी खोली अंधारीच होती. समोर 'बेटी बचाओ बेटी पढाओ'सारखी पोस्टर्स लागलेली होती. महानगर-पालिकेची शाळा असावी असा एकूण परिसर होता. खोलीत पन्नाशीच्या काही बायका जमल्या होत्या.

आम्ही येणार म्हणून त्यांनी आधीच जमून गप्पांचा फड लावला होता. आम्ही पोचल्यावर पस्तिशी-चाळिशीच्या बायकाही आल्या. बाजूला काही शाळकरी मुलं-मुली बसले होते. त्यांच्या चेहऱ्यावर 'ये क्या, दादी-नानी के गानेभी भला कोई सुनता है?' असे भाव होते. आमच्याजवळच्या कॅमेरा, टॅब, लॅपटॉप, व्हॉइस रेकॉर्डरच्या कुतुहलाने ती मुलं-मुली काही काळ तिथे थांबली, मात्र थोड्या वेळाने ती खेळायला पसार झाली.

काही बायका डोक्यावर हातभर पदर घेतलेल्या होत्या. पदर सावरतच त्या बसून होत्या. कपाळावर मोठं कुंकू, हातभर बांगड्या, पायांत चांदीचे ठसठशीत पैंजण असा त्यांचा शृंगार होता. वयाने मोठ्या असलेल्या बायका मात्र घुंघट न घेता आलेल्या होत्या, पण त्यामुळे त्यांच्या कपाळावर नसलेलं कुंकूच प्रकर्षाने उठून दिसत होतं. त्यांच्यातल्या काही बायका धिप्पाड आणि लालबुंद गोऱ्या होत्या. नंतर कळलं की, त्या खाती समाजातल्या आहेत. त्यांचा रेखीवपणा आणि वर्ण अगदी युरोपियन, पण देहबोली अस्सल देशी होती. सुरुवातीला सगळ्याच लाजत होत्या. मग एकीने धीटपणाने एक ओळ सुरू केली आणि बाकीच्यांनी तिच्या आवाजात आवाज मिसळला. एकदा संकोच बाजूला झाल्यावर त्यातल्या बऱ्याच जणींनी स्वतःहून पुढाकार घेऊन आणि मनापासून गाणी गायली. भारदस्त, वजनदार आवाजातले पाणी पडे रे फुहार एरी नगरी में, रंग ओढ़े रे दुलार एरी नगरी में किंवा भेरुजीकी ओटपे लल्ला किसका रोए रे, अशी सगळी गीतं त्या हिरिरीने, हसतखेळत गात होत्या हे प्रकर्षाने लक्षात राहिलं. यातली बरीच गाणी स्वभावतः सात मात्रांमध्ये बसत होती. त्या गाण्यांचा ठेकाही तीन-दोन-दोनच्या खंडाचा असायचा. साहजिकच कुमारगंधर्वांच्या 'सतवा' तालाची आठवण व्हायची.

त्या गावात टीव्ही, रेडिओसारखी प्रसारमाध्यमं होती. एखादं सिनेमागृहही असेल. परंतु त्या स्त्रिया मनोरंजनासाठी आयत्या साधनांवर विसंबून राहत नव्हत्या. समूहात स्वतः गाणं, ओसरीवर गप्पा मारणं यातही त्यांचा सक्रिय सहभाग आहे असं जाणवत होतं. त्या गाता गाता एकमेकींना चिडवत होत्या, कोपरखळ्या मारत होत्या. बहुतेकींना गाणी पाठ होती. गाण्यातले एकमेकींचे गुण माहीत होते. त्यांना फिल्मी गाणीही माहिती होती, पण एरवी त्यांचं लोकसंगीत अस्सल, शुद्ध असल्याचं जाणवत होतं.

'ये दीदी दूर नागपूर से आयी है।' अशी रितूने माझी ओळख करून दिली, तेव्हा त्या बायकांना फक्त 'दूर'च कळलं असावं. कारण 'बंबई'वाला महाराष्ट्र तेवढा त्यांना माहीत होता! ''ये दीदी गाना सिखाती है और खुद भी गाती है।''

असंही रितूनं सांगितल्यामुळे त्यांनी मला गाण्याचा आग्रह केला. मी मला येत असलेली 'गीतवर्षा' अन् 'मालवा की लोकधुनें'मधली लोकगीतं गायले. माळवी भाषेतली एक बंदिशही गायले, तेव्हा त्या खूप आनंदल्या. ''ये दीदी आपके लोकगीतों का अभ्यास करने आयी है, अपने देवास के कुमारगंधर्व जैसी।'' असं रितूने म्हटल्यावर मी सुखावले; पण त्या स्त्रियांना मात्र कुमारगंधर्व माहिति नव्हते. माळव्यातल्या लोकधुनांवर कुमारांनी अभ्यास केला तो काळ १९५५-६०च्या आसपासचा असावा. त्या वेळी मी भेटलेल्यांपैकी बहुतेक बायकांचा जन्मही झाला नसावा. आसपास कामासाठी येणाऱ्या-जाणाऱ्या ग्रामीण बायकांची गाणी कुमारांच्या कानावर पडली आणि ते त्यात ओढले गेले. त्या लोकधुनांवर त्यांनी काम सुरू केलं आणि त्या धुना त्यांच्या गाण्यात सामावल्या गेल्या. या लोकधुनांच्या संकलनात कुमारांच्या पहिल्या पत्नी भानुताईंचाही सहभाग मोठा होता. पण कुमार आणि भानूताईंच्या या कामाबद्दल गावाखेड्यातल्या महिलांना फारसं काही माहिती नसणं स्वाभाविकच होतं.

पुढे एका गावात आम्हाला पोचायला उशीर झाल्यामुळे जमलेल्या बायका आमची वाट बघून कामं आटपायला निघून गेल्या होत्या. मात्र आम्ही निरोप पाठवल्यावर त्या पुन्हा आल्या. त्यांनी आमच्या स्वागतासाठी चक्क हार-तुरे आणले होते. त्यांच्यासोबत शाळेतल्या मुलीही होत्या. त्यांनी लोकगीतं मुद्दाम बसवून घेतली होती. मोठ्या कडुलिंबाच्या झाडाखाली आमची मैफल जमली. साथीला ढोलक घेऊन त्या गाणी सादर करत होत्या. ती गाणी शाळांमधून, स्पर्धांमधून गाण्यासाठी रीतसर बसवलेली होती. त्यामुळे लोकगीतं जपली गेली हे खरं, पण त्यातला लोकसंगीताचा अस्सल बाज मात्र हरवत असल्यासारखं वाटत होतं. स्वान्त:सुखाय गायनाऐवजी सादरीकरणाचा हेतू असल्यामुळे गाण्यांमधे इतर चमत्कृतीही मुद्दाम टाकल्या गेल्या होत्या.

आणखी एका गावात आम्ही पोचलो, तेव्हा संध्याकाळ झाली होती. गाईगुरं घरी परतण्याची ती वेळ. रस्त्यावर धूळ उडालेली होती आणि गाईगुरांचे हंबरण्याचे आवाज येत होते. कलत्या सूर्याच्या सोनेरी प्रकाशात गावातली सारवलेली अंगणं, मातीच्या भिंती आणि कौलारू घरं फारच चित्रमय भासत होती.

एका घरातल्या मोठ्या खोलीत बऱ्याच बायका जमल्या होत्या. आम्ही येण्याआधीच त्यांनी गायला सुरुवात केली होती. त्यांची मैफल रंगात आली होती. त्यामुळे आम्हाला प्रस्तावना करावी लागली नाही. मांडीवर छोटी नातवंडं

घेऊन आजी बसल्या होत्या. नातवंडांच्या डोक्यावरून हात फिरवत त्या गात होत्या. नातवंडंही आजीच्या मांडीत बसून कधी आजीच्या चेहऱ्याकडे बघायची, तर कधी आजूबाजूच्या आजी-मामी-चाचीकडे बघायची. त्यांच्या कानावर पडत असलेलं गाणं अतिशय मोलाचं होतं, हे त्यांना कळत नव्हतं. लहानग्या बाळांना थोपटत, दूध पाजत असलेल्या आयाही गात होत्या. ती तान्ही मुलं एवढ्या गोंगाटातही शांतपणे मांडीवर झोपली होती. लोकगीतांच्या मौखिक परंपरेत श्रवणसंस्कारच महत्त्वाचे असतात. तिथे नकळत एक नवी पिढी घडत होती.

त्या संधिप्रकाशाच्या वेळी एक बकरीचं पिलू मात्र सारखं ओरडत होतं. माझ्या रेकॉर्डिंगमध्ये त्याचा व्यत्यय येत होता. परंतु 'ये तो चिल्लाएगाही ... उसकी माँ के आनेका समय जो हुआ है...' असं एकीने म्हटल्यावर माझ्या डोळ्यांपुढे कुमारजींचा धुनउगम राग मधसूरजा आला.

'बचा ले मोरी माँ
घरमे ललुवा अकेलो बिन मोहे'

या त्यांच्या बंदिशीतली बकरी मला आठवली. भर दुपारी बळी द्यायला घेऊन जात असणाऱ्या बकरीचा टाहो, तिचं वात्सल्य, तिचं मनोगत, तिची धडपड मला आठवली. तिथून पुढे घरात शिरल्यावर लोकगीतांच्या आवाजात बकरीच्या पिलाचा आवाज जाणवेनासा झाला होता, तरी घरातून बाहेर पडताना त्या पिल्लाला आई भेटली आहे याची खात्री करून घ्यायला मी विसरले नाही.

तिथल्या बायकांनी गायलेलं आणखी एक गाणं बाहेर पडल्यावरही मनात गुणगुणत राहिलं -

म्हारा जो पिताजी
गंगाजी गया जो
क्यो भयो जियडो उदास

त्यातला एकीचा आवाज अत्यंत टिपेचा होता. थोडा किनरा पण स्पष्ट. त्यातला दीर्घ दमसास लक्षात राहिला. गाताना बाकी स्त्रिया तिच्या आवाजात बेमालूम सामावून जात एकसंध, दीर्घ आवाजाचा आभास निर्माण करायच्या.

अनेक गावांमध्ये आम्ही गेलो ते दुपारीच. कारण त्यावेळीच बायका तुलनेने निवांत असायच्या. घरातली कामं आटोपून एकत्र जमायला त्यांना ती वेळ सोईची होती. आजूबाजूला मुलं, नातवंडं खेळत होती. बाहेरून लोक येणार

म्हणून घुंघट ओढून बसलेल्या या स्त्रिया आमच्याबरोबरचे पुरुष आता नाहीत असं बघून घुंघट मागे सरकवत जायच्या अन् अस्सल लोकगीतांचा आनंद द्यायला-घ्यायला लागायच्या. रितूची प्रस्तावना सुरू असताना तिच्या सहकारी टॅब, व्हॉइस रेकॉर्डर, कॅमेरा यांचा ताबा घ्यायच्या आणि मग छानसा संवाद सुरू व्हायचा. या गाण्यांमध्ये सूरज परभाती होती. भेरूजी होतं, गंगाजी का गीत होतं, बधावा होतं, गाली होती. काय नव्हतं ? आमची नावं गुंफून त्या बायका गाणी गायच्या. हसत-खिदळत एकमेकींच्या हातावर-पाठीवर टाळ्या देत गायच्या. 'आपकी बेटी की शादी में हमें जरूर बुलाना।' असंही म्हणायच्या. खुला आवाज, कधी बुलंद तर कधी बारीक लगाव, स्पष्ट उठून दिसतील असे स्पष्ट उच्चार, विशिष्ट हेल, पुकार अशा कितीतरी गोष्टी शिकाव्यात त्यांच्याकडून. शब्दांची, स्वरांची फेक कशी असावी याचं प्रात्यक्षिकच होतं ते. गाण्यातून वेगवेगळे भाव व्यक्त करायचे असतील; आनंद, दुःख, चिंता, प्रेम दर्शवायचं असेल, तर लगाव, उच्चार कसे असावेत याचा विचार त्यात होता. त्यात स्वरांचे चढ-उतार होते. स्वरांची आणि ठेक्याची अतिशय स्वाभाविक साधी धुंदी त्यात सापडायची.

माझ्यासाठी 'माळवा म्हणजे कुमारगंधर्व' असं समीकरण होतं. कुमारजींच्या निधनानंतर पंचवीस वर्षांनंतरही मला माळव्यात कुमारगंधर्व जागोजागी भेटत होते. आणि आता कुमारगंधर्वांचं गाणं ऐकताना जागोजागी माळवा सापडतो आहे. कुमारांना केंद्रस्थानी ठेवून देवास अन् माळव्याची केलेली भटकंती माझ्या सांगीतिक विचारांना नवनवे आयाम देते आहे.

(पूर्वप्रसिद्धी - महा-अनुभव - दिवाळी अंक २०१६-१७)

परिशिष्ट २

राग सावित्री

राग परिचय

- थाट : धुनउगम
- विकृत : दोन्ही गांधार, दोन्ही निषाद, कोमल निषाद क्वचित.
- वादी : कोमल गांधार. संवादी षड्ज आहे. वास्तविक वादी संवादीमध्ये कमीतकमी पाच स्वरांचे अंतर आवश्यक समजले जाते. मात्र या रागाचे स्वरूप प्रामुख्याने पूर्वांगात अपेक्षित असल्याने वादी संवादी दोन्ही सप्तकाच्या पूर्वांगातच आहेत.
- गानसमय : कोणताही.
- न्यास : षड्ज व दोन्ही गांधार
- रागात्मा : १. रे ग॒ रे सानि॒ सा २. ग॒ सा, नि़ ध़ नि़ सा ग॒ सा
- जाति: औडव-औडव। आरोहात धैवतानंतर मध्य सप्तकात उठाव नाही. आरोह अवरोह दोन्ही वक्र आहेत.

आरोह : नि़॒ स ग॒ सा, सा रे ग॒, सा रे म, ध।

अवरोह : ध प ग रे, ग॒ रे सा, नि़ सा।।

वैशिष्ट्य : हा एक शांत प्रकृतीचा राग आहे. ह्याचे मूळ महाराष्ट्रातील सूंगी भजनाच्या अंतर्गत नंदी बैल भारूड या लोकसंगीत प्रकारात आहे. ग सा ही मींड, शुद्ध गांधारावर जातानाचा 'रेग' हा वैशिष्ट्यपूर्ण जोर, धैवतावरचा ठहराव ह्या रागाचे लोकधुनेशी साम्य स्पष्ट करतो.

स्वर–विस्तार

१. (सा) – – – नि॒ – ध॒ –, ध॒ नि॒ सा रे ग॒ – रे – सा नि॒ सा।

२. रे ग॒ सा, रे ग सा, नि॒ सा ध॒ नि॒ सा ग॒ सा।

३. रे ग॒ रे सा नि॒ सा, रेसानि॒ध॒ नि॒सारेग॒ – रे – सा नि॒ सा।

४. सा रे ग –, सा रे ग॒ सा (दोनों गांधार)।

५. सा रे म – ग – रे –, सा रे ग॒, सा रे ग॒ रे सा नि॒ सा।

६. सा रे ग, ग॒, ग, ध (पुकार)।

७. सा रे ग॒ ग ध प ग रे सा।

८. सा रे ग, ध प ग रे, सा रे ग रे, नि॒सानि॒ध॒, नि॒ सा रे ग॒ सा।

९. ग॒ सा, नि॒ सा ग॑ सा, नि॒ सा रे ग॒ सा (कोमल निषाद)।

१०. रे ग॒, सा रे ग॒ सा, ग॒ सा नि॒, सा ग॒ सा।

११. (सा) नि॒ – ध॒ –, नि॒ सा ग॒ सा, नि॒ सा ग॒ सा।

(पूर्वप्रसिद्धी – संगीत मासिक, संगीत कार्यालय, हाथरस प्रकाशन, ऑगस्ट १९९६)

संदर्भसूची

(ग्रंथ व ध्वनी संदर्भ)

१. रागवर्गीकरण – टेंकशे शं. अ. – पृ. ११
२. संगीतविशारद – गर्ग लक्ष्मीनारायण – पृ. १५८
३. मैफिलीत जिज्ञासेच्या – गोखले विवेक – पृ. १८४
४. Webster's 9th New Dictionary - Merriam Webster, पृ. ४७९
५. संगना, एप्रिल–जून २०१५, मोहनकृष्ण बोहरा, पृ. १२
६. संगीत, लोकसंगीत अंक, जाने. १९६६, कुमारगंधर्व पृ. १३
७. संगीत विचार – रानडे अशोक, पृ. ८९, ९०
८. कुमाऊनी लोकगीत, तिवारी ज्योती – पृ. ५
९. मराठी वाङ्मयकोश – ४ था खंड, राजाध्यक्ष विजया, पृ. ३०१
१०. संगीत विचार, रानडे अशोक, पृ. ८६
११. संगीत, लोकसंगीत अंक, जाने. १९६६, रविशंकर, पृ. ४६, ४७
१२. संगीत विशारद, गर्ग, लक्ष्मीनारायण, पृ. २२२
१३. संगीत, लोकसंगीत अंक जाने. १९६६, सुनील कुमार, पृ. ३२–३३
१४. संगना, एप्रिल–जून २०१५, मोहनकृष्ण बोहरा, पृ. २४
१५. संगना, एप्रिल–जून २०१५, मोहनकृष्ण बोहरा, पृ. १७–१९
१६. लोकसंगीतशास्त्र, रानडे अशोक
१७. स्वरप्रवाह, रेळे चंद्रशेखर, पृ. २६
१८. आराधना, अभ्यंकर शंकर, पृ. २७८
१९. उ. बडे गुलाम अली खाँ – You Tube वरील मुलाखत https://youtu.be/LcYqhk2hslo
२०. संगीतशास्त्र भाग ४, भातखंडे वि. ना., पृ. ७६
२१. संगीत, लोकसंगीत अंक, जाने. १९६६, कुमारगंधर्व, पृ. २५, २६
२२. अनूपरागविलास भाग १, कुमारगंधर्व, प्रस्तावना, देशपांडे वा. ह., पृ. २५
२३. अनूपरागविलास भाग १, कुमारगंधर्व पृ. १६०
२४. YouTube - साधना शिलेदार मधसूरजा https://youtu.be/watch?v=uetNzF3RYpl&feature=share

२५. YouTube – कुमारगंधर्व–गप्पा – भाग १,२,३ गप्पा https://youtu.be/KNyhCWQ2Ahs

२६. मालवा की लोकधुनें, प्रास्ताविक, कुमारगंधर्व

२७. संगीत, लोकसंगीत अंक, जानेवारी १९६६, कुमारगंधर्व, पृ. २९, ३०

२८. परिशिष्ट १ – महाअनुभव, दिवाळी अंक नोव्हें.–डिसें. २०१६, पृ. १०८

२९. The Christian Goan Konkani Folk and Art Songs (A new perspective) De Souza Oslando - pg 23

३०. The Christian Goan Konkani Folk and Art Songs (A new perspective) De Souza Oslando - pg 24

३१. YouTube # Audio - राग ऋतु – साधना शिलेदार https://youtu.be/watch?v=7azQpthwJuQ&feature=share

३२. YouTube # Audio - राग अनूप – साधना शिलेदार https://youtu.be/xGt4k32x5tI

३३. The Christian Goan Konkani Folk and Art Songs (A new perspective) De Souza Oslando - pg 24

३४. YouTube # Audio - राग गोधूली – साधना शिलेदार https://youtu.be/GJ-DFgT00m0

संदर्भग्रंथ सूची

१. हिंदुस्थानी संगीत पद्धती, भातखंडे वि. ना., पॉप्युलर प्रकाशन, १९९२
२. कुमाउनी लोकगीत तथा संगीत शास्त्रीय परिवेष, तिवारी ज्योती, कनिष्क, दिल्ली, २००२
३. रागवर्गीकरण, टेंकशे अ. श., म.रा. साहित्य सांस्कृतिक मंडळ, १९७४
४. अनूपरागविलास भाग १, कुमारगंधर्व, मौज प्रकाशन, १९६४
५. मैफिलीत जिज्ञासेच्या, गोखले विवेक, २००९
६. गोव्यातील धालोत्सवाचे स्वरूप, केरकर पौर्णिमा, गोमंतक मराठी अकादमी, २०११
७. संगीतविशारद, गर्ग लक्ष्मीनारायण वसंत, संगीत कार्यालय, २०१३
८. संगीतविचार, रानडे अशोक, पॉप्युलर प्रकाशन, २००९
९. इंग्रजी-मराठी शब्दाकोश, तिवारी भोलानाथ, किताबघर प्रकाशन, १९९८
१०. संगीत बारी, कोरेगांवकर भूषण, राजहंस प्रकाशन, २०१४
११. संगीत संगती, रानडे अशोक, संपादन कुंटे चैतन्य, राजहंस प्रकाशन, २०१४
१२. ग्रामगाथा, केरकर राजेंद्र, विवेकानंद साहित्य, २०१२
१३. मराठी लोकगीते : संस्कृती अभ्यासाची साधने, वरखेडे रमेश, साहित्य अकादमी , २०११
१४. स्वरलय, सामल सदाशिव, साहित्य अकादमी, २०११
१५. मराठी सणवार, कुळाचार, प्रसाद नर्मदा, अथर्व प्रकाशन, २०१५
१६. आदिवासी दुनिया, मीणा हरदास, नॅशनल बुक ट्रस्ट, २०१२
१७. कालजयी कुमारगंधर्व - भाग १ व २, संपादन : कलापिनी कोमकली व रेखा साने, राजहंस प्रकाशन, २०१५
१८. लोकरामायण, लोकराम शेंडे, आर के प्रकाशन, नागपूर, २०१३
१९. वारली लोकगीते, संपादन : महाजन कविता, साहित्य अकादमी, २०००
२०. संगीत चिंतन, रविंद्रनाथ ठाकूर, वाणी, १९९८
२१. मुक्त संगीत संवाद, संपादन : श्रीरंग संगोराम, गानवर्धन, १९८८
२२. विदर्भ की परंपरागत लोककलाएँ एवं लोककलाकार, ओमप्रकाश शिव, सृष्टी प्रकाशन, नागपूर, २०१४
२३. सोहळे ऋतूंचे, नीलकांत ढोले, संवेदना प्रकाशन, २०१६

२४. अभिजात संगीत प्रकीर्ण चिंतन, धुमाळे पौर्णिमा, एकविरा प्रकाशन, २०१६

२५. The Christian Goan Konkani Folk and Arts Songs (A New Perspective), Oslando D'Souza

२६. धनगर स्त्री, शुभदा च्यारी, विवेकानंद साहित्य, २०१४

२७. निबंध संगीत, संकलक : गर्ग लक्ष्मीनारायण, संगीत कार्यालय, मार्च २०१३

२८. नवरागनिर्मिती, टेंकशे शं. अ., अ. भा. गांधर्व महाविद्यालय मंडळ, मुंबई

२९. स्वरप्रवाह, रेळे चंद्रशेखर, संवाद फाऊंडेशन, मुंबई, १९९९

३०. आराधना, अभ्यंकर शंकर, म. रा. साहित्य आणि संस्कृती मंडळ, १९९०.

नियतकालिके

१. Samakalika Sangeetam, Radha Madhavan, Sangit Natak Academy, Kerala

२. Journal of Indian Musicological Society, Editor : Swarnalata Rao

३. स्वरमुद्रा, रजा फाऊंडेशन, दिल्ली, २०१५

४. संगना, प्रयाग शुक्ल, संगीत नाटक अकादमी, दिल्ली

५. संगीत, मुकेश गर्ग, संगीत कार्यालय, हाथरस

६. संगीत, लोकसंगीत अंक, संगीत कार्यालय, हाथरस, जाने. १९६६

७. संगीत कलाविहार, अ. भा. गांधर्व महाविद्यालय प्रकाशन, मुंबई

'राजहंस बुक क्लब' सभासद योजना ऑनलाइन उपलब्ध
www.rajhansprakashan.com

सभासद होण्याकरिता **बुक क्लब** लिंकला भेट द्यावी.
सभासदत्वाच्या नूतनीकरणासाठी **माझे खाते** लिंकला भेट द्यावी.

विशेष सूचना : 'राजहंस ग्रंथवेध' हा अंक मिळवण्यासाठी सभासदत्वाचे
नूतनीकरण आवश्यक.

'राजहंस बुक क्लब' योजना – नवीन सभासद नोंदणीसाठी :

१) नवीन सभासद होण्यासाठी आपण **बुक क्लब** या लिंकवर क्लिक करा.

२) तेथे आपणास तीन पर्याय दिसतील. त्यातील आपणास हवा तो पर्याय
   निवडा.

३) **सभासद व्हा**, या बटनावर क्लिक करा.

४) Proceed to checkout बटनावर क्लिक करा.

५) Billing detail मध्ये आपली संपूर्ण माहिती पिनकोडसहित भरा.

६) Place order बटनावर क्लिक करून ऑनलाइन पैसे भरा.

७) आपण सभासद झाल्याची मेल आपल्याला आल्यावर पुस्तक खरेदी
   करा म्हणजे सभासद योजनेची सूट आपल्याला पुस्तक खरेदी करताना
   मिळेल.

'राजहंस बुक क्लब' योजना – जुन्या सभासदत्वाच्या नूतनीकरणासाठी :

१) जुन्या सभासदांनी सर्वप्रथम माझे खाते (Login) वर क्लिक करा.

२) Register पानावर ई-मेल टाकून Register बटनावर क्लिक करा.

३) Register पान उघडल्यावर Account Details या बटनावर क्लिक करा.

४) आपली माहिती भरून password तयार करा.

५) आपली संपूर्ण माहिती पिनकोडसहित भरा.

६) आपला ई-मेल आयडी व सभासद क्रमांक आपण आमच्या ऑफिसला
   ८३७८८३६८३६ या नंबरवर व्हॉट्सअप करा किंवा
   info@rajhansprakashan.com या मेल-अॅड्रेसवर मेल करा.

७) आपण सभासद झाल्याची मेल आपल्याला आल्यावर पुस्तक खरेदी
   करा म्हणजे सभासद योजनेची सूट आपल्याला पुस्तक खरेदी करताना
   मिळेल.

'राजहंस बुक क्लब' योजना
नव्या आकर्षक स्वरूपात!

वाचकांना योजनेत प्रवेश घेताना 'राजहंस'चे

१ वर्ष
२००रु.
कोणतेही
१ पुस्तक
५०%
सवलतीत

२ वर्ष
३५०रु.
कोणतीही
२ पुस्तके
५०%
सवलतीत

३ वर्ष
५००रु.
कोणतीही
३ पुस्तके
५०%
सवलतीत

राजहंस म्हणजे दर्जेदार पुस्तकं हे समीकरण रसिकमान्य आहेच.
आता रूढ झालंय एक नवं समीकरण - 'राजहंस बुक-क्लब' म्हणजे
तीच दर्जेदार पुस्तकं २५% सवलतीत मिळण्याची सोय.

वर्गणीच्या मुदतीत 'राजहंस ग्रंथवेध' मासिक सप्रेम भेट

राजहंस प्रकाशन

- १०२५ सदाशिव पेठ, नागनाथ पाराजवळ, पुणे ४११०३०. ✆ २४४६५०६३/२४४७३४५९.
  E-mail : rajhansprakashan1@gmail.com • Website : www.rajhansprakashan.com
- राजहंस । अक्षरधारा बुक गॅलरी, इंद्रनगरी, डहाणूकर कॉलनी, कोथरूड, पुणे. ✆ २५४६२००२.
- स्काय स्पोर्ट्स । शॉप नं. ६, साईराम अपार्टमेंट, पौड रोड, पुणे. ✆ ९४२३००६७८५/९४२२५२४३४०.
- शॉप नं. २, सखारामकृपा अपार्टमेंट, अमर हिंद मंडळासमोर, गोखले रोड, दादर (प.), मुंबई ४०००२८. ✆ २४२२३९०१.
- नरेश सबजीवाले, गुलमोहर हॉलसमोर, खामला रोड, नागपूर ४४००२५. ✆ ९३७२२२५२०१.
- श्याम देशपांडे, १०, शून्य संकुल, सहजीवन कॉलनी, समर्थनगर, औरंगाबाद ४३१००१. ✆ ९४२२७१३१७६.
- पंकज क्षेमकल्याणी, ईशकृपा, अद्वैत कॉलनी, कॅनडा कॉर्नर सिग्नलजवळ, नाशिक ४२२००५. ✆ ९४२२२५२२०८.
- अक्षरदालन, निर्मलाय प्लाझा, कोळेकर तिकटी, कोल्हापूर ४१६०१२. ✆ २६४६४२४.
- डॉ. उमेश करंबेळकर, ३२५ मंगळवार पेठ, रघुकुल अपार्ट., सातारा ४१५००२. ✆ २८२५१०.
- बुक क्लब केंद्र, प्रसाद केळकर, ८५५ खण भाग, सांगली. ✆ ९४२३८२९३३२.
- रेवती जोशी, २, सुंदर कॉम्प्लेक्स, गैबीपीर मशिदीजवळ, होटगी रोड, सोलापूर ४१३००३. ✆ ९८५००६४०६६.

राजहंस प्रकाशन प्रा. लि.

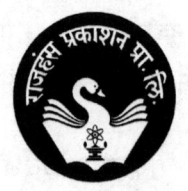

www.ingramcontent.com/pod-product-compliance
Lightning Source LLC
LaVergne TN
LVHW020135230825
819400LV00034B/1167
* 9 7 8 8 1 9 4 7 6 4 0 9 0 *